വേശ്യയുടെ കുമ്പസാരം

സജീവ് കോയിക്കൽ

അജിക്ക്...

ഉള്ളടക്കം

ആമുഖം

നമ്മുടെ സമൂഹത്തിൽ കള്ളവും ചതിയും വഞ്ചനയും പെരുകിക്കൊണ്ടിരിക്കുന്നു. കുടുംബ ബന്ധങ്ങൾ പോലും താറുമാറാകുന്നു. പണത്തിനും പദവിക്കും വേണ്ടി മനുഷ്യർ എന്ത് കൊള്ളരുതായ്മയും ചെയ്യാൻ നിർബന്ധിതരാകുന്നു. കുറ്റവും, കുടുംബവും, പ്രണയവും, രാഷ്ട്രീയവും ഇടകലർത്തി കൊണ്ടുള്ള വ്യത്യസ്തങ്ങളായ കഥകളാണ് ഈ പുസ്തകത്തിൽ ഉള്ളത്. നല്ലൊരു നാളേയ്ക്ക് വേണ്ടി സ്നേഹപൂർവ്വം സമർപ്പിക്കുന്നു.

കടപ്പാട്

ജീവിതയാത്രയിൽ എന്നും ഒപ്പമുള്ള എല്ലാവർക്കും ഹൃദയം നിറഞ്ഞ
നന്ദി

1

കാഞ്ചന എന്ന പെൺകുട്ടി

രാത്രി 9 മണി കഴിഞ്ഞിട്ടുണ്ടാകും. എറണാകുളത്തെ ഫ്ലാറ്റിൽ ഒറ്റക്കിരുന്ന് മദ്യപിക്കുകയാണ് ദിലീപ് എന്ന ചെറുപ്പക്കാരൻ. ഇത് അവസാനത്തേതാണ്. ഇന്നത്തോടെ എല്ലാം അവസാനിപ്പിക്കാൻ പോവുകയാണ് അയാൾ. നാല് വർഷം ജീവനെപ്പോലെ പ്രണയിച്ച കാമുകിയുടെ വിവാഹമായിരുന്നു ഇന്ന്.

മുല്ലപ്പൂക്കൾ കൊണ്ടലങ്കരിച്ച പട്ടുമെത്തയിൽ ഇണചേർന്നവൾ പുളയുമ്പോൾ, ദിലീപ് മരണവെപ്രാളത്താൽ പുളയുകയാകും. വിഷം കഴിച്ച് ജീവനൊടുക്കാൻ തീരുമാനിച്ചു കൊണ്ടുള്ള അവന്റെ അവസാനത്തെ അത്താഴമാണിത്.

മരിക്കുന്നതിന് മുൻപ് അമ്മയോടൊന്ന് സംസാരിക്കണമെന്ന് തോന്നി. തിരുവനന്തപുരത്തെ നെയ്യാറ്റിൻകരയിലാണ് ദിലീപിന്റെ അമ്മ ഉമാദേവി താമസിക്കുന്നത്. അച്ഛൻ നേരത്തേ അവരെ തനിച്ചാക്കി പോയി. ദിലീപിന്റെ കാര്യങ്ങളൊക്കെ നോക്കി നടത്തിയത് അമ്മാവനാണ്. 3 വർഷമായി ദിലീപ് നാട്ടിലേക്ക് ചെന്നിട്ട്. ജോലിതിരക്ക് കാരണം പോകാൻ സാധിച്ചില്ല. ഇനിയൊട്ട് പോകാനും കഴിയില്ല. ജീവനറ്റ് പോകും മുൻപ് അമ്മയുടെ ശബ്ദം കേൾക്കണം എന്ന് തോന്നി.

ദിലീപ് ഫോണെടുത്ത് അമ്മയെ വിളിച്ചു.

"ഹലോ അമ്മേ, ഉറങ്ങിയിരുന്നോ?"

"ഇല്ല മോനേ, ടീവീ കണ്ട് ഇരിക്കുകയായിരുന്നു. എത്ര ദിവസമായി നീയൊന്ന് വിളിച്ചിട്ട് " മറുവശത്തു നിന്ന് ഉമാ ദേവി മകനോട് പറഞ്ഞു.

"ജോലിതിരക്കാണ് അമ്മേ. നേരാവണ്ണം ഭക്ഷണം കഴിക്കാൻ പോലും പറ്റുന്നില്ല. അമ്മക്ക് സുഖാണോ?"

"ഇങ്ങനെയുണ്ടോ ഒരു ജോലി. ഇങ്ങോട്ട് വരാറെ ഇല്ല. വിളിക്കാണ്ടും ഇരുന്നാൽ എന്താ ചെയ്ക. അമ്മാവൻ കഴിഞ്ഞ ദിവസം വന്നപ്പോൾ നിനക്ക് ഇവിടെ ഒരു ജോലി ശരിയാക്കി താരം ഇങ്ങോട്ട് പോരാൻ പറയാൻ പറഞ്ഞു"

അമ്മക്കറിയില്ലല്ലോ മകൻ ഇനി ഒരിക്കലും അങ്ങോട്ട് വരില്ലെന്ന്. അവന്റെ മരണം അമ്മ അറിയാതിരുന്നെങ്കിൽ എന്നാണ് അവൻ ആഗ്രഹിക്കുന്നത്.

" എനിക്ക് ദൂരെ ഒരു സ്ഥലത്തേക്ക് സ്ഥലം മാറ്റം കിട്ടി. ഞാൻ ഉടനെയൊന്നും ഇനി നാട്ടിലേക്ക് വരില്ല. കുറച്ച്പണം ഞാൻ അമ്മയുടെ അക്കൗണ്ടിലേക്ക് ഇടുന്നുണ്ട്. ആരോ വന്നെന്ന് തോന്നുന്നു ഞാൻ പിന്നെ വിളിക്കാം അമ്മേ" ദിലീപ് കോൾ കട്ട് ചെയ്തു.

ഏറെ നേരം അമ്മയോട് സംസാരിക്കാൻ അവന് കഴിഞ്ഞില്ല.

ഒരു നെടുവീർപ്പോടെ ദിലീപ് ഒരു പെഗ്ഗ് ഒഴിച്ച് ഒറ്റവലിക്ക് കുടിച്ചു. നിലത്ത് ചുവരിൽ ചാരി ഇരുന്ന് കൊണ്ട് കാമുകിയുടെ ഫോട്ടോകൾ ഓരോന്നായി മാറിമാറി നോക്കി. പിന്നെ ഓരോ ഫോട്ടോകളും മൊബൈലിൽ നിന്നും അവൻ നീക്കം ചെയ്തു. നേരത്തെ എല്ലാ അസുഖവും അനുഭവിച്ചവരാണ് ദിലീപ്. സ്ത്രീസുഖം ഒഴികെ. അത് മാത്രമായിട്ട് എന്തിന് കുറയ്ക്കണം. അതുകൂടി അനുവദിച്ചിട്ടേയുള്ളൂ മരണം എന്ന് അവൻ ഉറപ്പിച്ചു. നല്ലവനായിട്ട് ചോദിക്കുന്നതിൽ അല്ലേ കാര്യമുള്ളൂ മരിക്കുന്നതിൽ കാര്യമില്ലല്ലോ. മനസ്സ് പിന്തിരിപ്പിക്കുന്നതിന് മുൻപേ ദിലീപ് ഫോൺ എടുത്ത് അവന്റെ സുഹൃത്തായ വിമേഷിനെ വിളിച്ചു.

" നീ എവിടെയാ? "

" ഒരു ഓട്ടത്തിലാണ് എന്താടാ കാര്യം? " വണ്ടി ഓടിക്കുന്നതിനിടയിൽ വിമേഷ് ചോദിച്ചു.

"നീ മുൻപ് സൂപ്പർമാർക്കറ്റിൽ നിൽക്കുന്ന ഒരു പെണ്ണിന്റെ കാര്യം പറഞ്ഞില്ലേ അവളെ ഒന്ന് ഇങ്ങോട്ട് പറഞ്ഞു വിടാമോ "

"അവളുടെ കല്യാണം കഴിഞ്ഞിട്ട് രണ്ടു മാസം ആയി, എന്തിനാ അളിയാ."

വിമേഷ് പറഞ്ഞത് കേട്ടപ്പോൾ ദിലീപിന് നിരാശ തോന്നി.

" എടാ എനിക്ക് ഇന്ന് രാത്രി ഒരു പെണ്ണ് വേണം. നീ കൂടുതൽ ഒന്നും ചോദിക്കരുത്. പറ്റുമെങ്കിൽ ആരെയെങ്കിലും ഇങ്ങോട്ട് പറഞ്ഞു വിടാൻ നോക്ക്. പറയുന്ന കാശ് കൊടുക്കാം"

വിമേഷിന് ആദ്യം അത് വിശ്വസിക്കാൻ കഴിഞ്ഞില്ല. കൂട്ടുകാർക്ക് ഒക്കെ ഇത്തരം സ്വഭാവം ഉണ്ടായിരുന്നെങ്കിലും അതിൽ നിന്നെല്ലാം മാറി നിന്നിരുന്ന ആളാണ് ദിലീപ്.

"പെട്ടെന്ന് എന്താ ഇങ്ങനെ തോന്നാൻ. ഞാൻ ഡ്രൈവിങ്ങിലാണ്. നോക്കട്ടെ ഉണ്ടെങ്കിൽ ആരുടെയെങ്കിലും നമ്പർ ഞാൻ അയച്ചു തരാം നീ വിളിച്ച് സംസാരിച്ചാൽ മതി."

"ശരി, പെട്ടെന്ന് അയക്ക്"

ദിലീപ് ഫോൺ കട്ടാക്കിയ ശേഷം ഒരു പെഗ്ഗ് കൂടി ഒഴിച്ച് കുടിച്ചു.

എന്തൊക്കെയോ ആലോചിച്ചു കൊണ്ട് ചുവരിൽ ചാരി ഇരുന്ന് ചെറുതായൊന്നു എന്ന മയങ്ങി.

അൽപ്പസമയം കഴിഞ്ഞപ്പോൾ മൊബൈലിൽ മെസ്സേജ് വന്ന ശബ്ദം കേട്ട് ദിലീപ് ഉണർന്നു.

മൊബൈൽ എടുത്തു നോക്കിയപ്പോൾ വിമേഷ് അയച്ച നമ്പർ കണ്ടു. നമ്പറിനൊപ്പം കാഞ്ചന എന്ന പേരും.

" കാഞ്ചന, കൊള്ളാമല്ലോ" ദിലീപ് ആ നമ്പറിലേക്ക് കോൾ ചെയ്തു.

"ഹലോ" കാഞ്ചനയുടെ മനോഹരമായ ശബ്ദം ദിലീപിന്റെ ചെവിയിൽ മുഴങ്ങി.

"ഞാൻ ദിലീപ് സുഹൃത്ത് അയച്ചു തന്ന നമ്പർ ആണ്. പറ്റുമെങ്കിൽ ഫ്ലാറ്റിലേക്ക് വരാമോ ഞാൻ ഒറ്റയ്ക്കാണ്. ഡീറ്റെയിൽസ് ഞാൻ അയച്ചു തരാം."

കുറച്ചുനേരം ആലോചിച്ചശേഷം കാഞ്ചന മറുപടി കൊടുത്തു.

"ഇപ്പോൾ തന്നെ വൈകി. എന്നാലും ഞാൻ വരാം എനിക്ക് 5000 രൂപ വേണം"

"അത് ഞാൻ തരാം വേണമെങ്കിൽ അതിൽ കൂടുതലും."

2000 വും 3000 വും ഒക്കെ കിട്ടിക്കൊണ്ടിരുന്ന കാഞ്ചനയ്ക്ക് അത് കേട്ടപ്പോൾ സന്തോഷമായി. അവൾ ചെല്ലാമെന്ന് സമ്മതിക്കുകയും ചെയ്തു.

ദിലീപ് കാഞ്ചനയുടെ മൊബൈലിലേക്ക് ലൊക്കേഷൻ സെന്റ് ചെയ്തു കൊടുത്തു. പിന്നെ പ്രതീക്ഷയോടെ അവളുടെ വരവിവിനു വേണ്ടി കാത്തിരുന്നു.

അരമണിക്കൂർ കഴിഞ്ഞപ്പോൾ അവളെത്തി. ആരുടെയും ശ്രദ്ധയിൽപെടാതെ ദിലീപ് അവളെ തന്റെ ഫ്ലാറ്റിലേക്ക് കൂട്ടിക്കൊണ്ട് പോയി. അകത്തു കയറ്റി ഡോർ അടച്ച് കഴിഞ്ഞാണ് ദിലീപ് അവളുടെ മുഖം ശരിക്കും കാണുന്നത്. അയാൾ പ്രതീക്ഷച്ചതിലും സുന്ദരിയാണ് അവൾ. വെളുത്ത വട്ടമുഖമുള്ള നുണക്കുഴിയുള്ള ഒരു മാലാഖ. അവൾ ഒരു വേശ്യ സ്ത്രീ ആണെന്ന് ആരും പറയില്ല. പേരുപോലെ തന്നെ സ്വർണ്ണത്തിന്റെ തിളക്കമുണ്ട് അവളുടെ ചിരിക്കും.

" ഞാൻ കുറച്ച് മദ്യപിച്ചിട്ടുണ്ട്. മുഷിഞ്ഞ നാറ്റം. ഞാനൊന്ന് കുളിച്ചിട്ട് വേഗം വരാം"

" പെട്ടെന്ന് വേണം, ഓട്ടോ പുറത്ത് വെയിറ്റ് ചെയുകയാണ്" അവൾ ധൃതി കാണിച്ചു.

"2 മിനിറ്റ്" ദിലീപ് വേഗം ബാത്റൂമിലേയ്ക്ക് പോയി.

അവൾ അവിടെയുള്ള സോഫയിൽ ഇരുന്നു. മുന്നിലത്തെ ടേബിളിൽ മദ്യക്കുപ്പിയും ഗ്ലാസും ഒരു പ്ലേറ്റിൽ ചിക്കനും ചപ്പാത്തിയും ഉണ്ടായിരുന്നു. അത് കണ്ടപ്പോൾ അവൾക്ക് വിശപ്പ് തോന്നി. രാത്രി ഒന്നും കഴിച്ചിട്ടില്ലായിരുന്നു. ആഹാരം മുന്നിൽ വയ്ച്ച് വിശപ്പ് സഹിച്ചിരിക്കാൻ അവൾക്കയില്ല. ചപ്പാത്തിയും ചിക്കനും ആവേശത്തോടെ അവൾ അകത്താക്കി.

ദിലീപ് ബാത്റൂമിൽ നിന്നും പുറത്ത് വന്നപ്പോൾ ചപ്പാത്തിയും ചിക്കനും അകത്താക്കിയ ശേഷം കൈ കഴുകാനായി എഴുന്നേറ്റ് നിൽക്കുന്ന കാഞ്ചനയെ ആണ് കണ്ടത്.

" എന്റെ ടച്ചിംഗ് തീർത്തു അല്ലേ?

" സോറി പെട്ടെന്ന് ഉണ്ട് കണ്ടപ്പോൾ, കണ്ട്രോൾ പോയി." ചമ്മലോടെ അവൾ പറഞ്ഞു.

" അത് സാരമില്ല അവിടെയാണ് വാഷ്ബേസ് കൈകഴുകി കൊള്ളൂ " ദിലീപ് ചൂണ്ടിക്കാട്ടി.

കാഞ്ചന പോയി കൈ കഴുകി വന്നു. അവൾ സോഫയിൽ ഇരിക്കാൻ നേരത്ത് കൈതട്ടി ടേബിളിൽ ഇരുന്ന ഒരു ചെറിയ കുപ്പി നിലത്ത് വീണു. അവൾ അത് എടുത്തു ടേബിളിൽ വെക്കാൻ

ഒരുങ്ങിയപ്പോൾ എന്തോ സംശയം തോന്നി ആ കുപ്പി പരിശോധിച്ചു. അത് പോയ്സൺ ആണെന്ന് മനസ്സിലാക്കിയ കാഞ്ചന ഞെട്ടി.

" നിങ്ങൾ മരിക്കാൻ പോവുകയാണോ" ഞെട്ടലോടു കൂടി അവൾ ചോദിച്ചു.

ദിലീപ് ഒരു നെടുവീർപ്പെട്ടു.

"ഇന്ന് എന്റെ കാമുകിയുടെ വിവാഹ ദിവസം ആയിരുന്നു. അവളുടെ ഓർമ്മകൾ എന്നെ വല്ലാതെ വേട്ടയാടുന്നു. അവളില്ലാതെ എനിക്ക് ജീവിക്കാൻ പറ്റില്ല. അതുകൊണ്ട് മരിക്കാം എന്ന് കരുതി. അതിനുമുമ്പ് ജീവിതത്തിലെ അവസാനത്തെ ആഗ്രഹവും സാധിക്കാം എന്ന് കരുതിയാണ് തന്നെ ഇങ്ങോട്ട് വിളിച്ചു വരുത്തിയത്."

" ഇത് മണ്ടത്തരം ആണെന്നേ ഞാൻ പറയുള്ളൂ. ആ കുട്ടി നിങ്ങളെ മറന്ന് വേറൊരാളോടൊപ്പം ജീവിക്കാൻ വേണ്ടി പോയില്ലേ. അപ്പോ പിന്നെ അവളെ ഓർത്തു നിങ്ങൾ മരിക്കാൻ പോകുന്നത് വിഡ്ഡിത്തമല്ലേ. ആകപ്പാടെ ഉള്ളത് ഒരു ജീവിതമാണ്. അതിങ്ങനെ ആർക്കെങ്കിലും വേണ്ടി നശിപ്പിച്ചു കളയരുത്. " കാഞ്ചന ദിലീപിനെ ഉപദേശിച്ചു.

"ഞാൻ ആത്മാർത്ഥമായിട്ടാണ് അവളെ സ്നേഹിച്ചത് അതുകൊണ്ടാവാം എനിക്ക് അവളെ മറക്കാനോ വെറുക്കാനോ സാധിക്കാത്തത്. ഞാൻ സ്വപ്നം കണ്ട ജീവിതം അവളോടൊപ്പമുള്ളതായിരുന്നു. അവളെ പോലെ എനിക്ക് മറ്റൊരാളുടെ ജീവിതത്തിലേക്ക് കിടക്കാൻ പറ്റുമെന്ന് തോന്നുന്നില്ല. ഓർമ്മകളിൽ ജീവിക്കാൻ എനിക്കാവില്ല." അത് പറയുമ്പോൾ ദിലീപിന്റെ കണ്ണുകൾ നിറയുന്നത് അവൾ ശ്രദ്ധിച്ചു.

" തന്റെ അച്ഛനും അമ്മയും..? അവരെ കുറിച്ച് ഒരു ചിന്തയും ഇല്ലേ?"

" അച്ഛൻ നേരത്തെ പോയി. അമ്മക്ക് ഇനിയുള്ള കാലം ജീവിക്കാനുള്ള പണം ഞാൻ അക്കൗണ്ടിൽ ഇടുന്നുണ്ട്."

"ഇത്രനാളും പോറ്റിവളർത്തിയതിന്റെ പ്രതിഫലം ആയിരിക്കും അല്ലേ?" അവളുടെ ചോദ്യം ദിലീപിനെ വിഷമിപ്പിച്ചു. അവന് മറുപടി പറയാൻ സാധിച്ചില്ല.

" നിങ്ങള് വേണ്ടെന്നുവച്ചു പോയവൾക്ക് വേണ്ടി മരിക്കാൻ നിൽക്കാതെ അമ്മയ്ക്ക് വേണ്ടി ജീവിക്കാൻ നോക്കൂ. പ്രേമിച്ച പെണ്ണ്

ഇട്ടിട്ടു പോയതിന്റെ പേരിൽ എല്ലാരും ആത്മഹത്യ ചെയ്യാൻ നിന്നാൽ ഈ ലോകത്ത് പിന്നെ ആരും ഉണ്ടായെന്ന് വരില്ല."

കാഞ്ചന പറഞ്ഞത് കേട്ട് ദിലീപ് ചെറുതായൊന്നു പുഞ്ചിരിച്ചു.

" താൻ നന്നായി സംസാരിക്കുന്നുണ്ട്. ഏതുവരെ പഠിച്ചു"

" പഠിത്തം കൊണ്ടൊന്നും ഇവിടെ ഒന്നും നേടാൻ കഴിയില്ല മാഷേ. എന്റെ അവസ്ഥ കണ്ടില്ലേ." അവൾ സ്വയം സഹതപിച്ചു.

അല്പനേരത്തെ മൗനത്തിനു ശേഷം ദിലീപ് ഒരു പെഗ്ഗ് കൂടി ഒഴിച്ച് കുടിച്ചു.

" തന്നെ കണ്ടാൽ ഈ തൊഴിൽ ചെയ്യുന്ന ആളാണെന്ന് പറയുകയേയില്ല" അവളുടെ തിളങ്ങുന്ന കണ്ണിലേക്കു നോക്കി കൊണ്ട് ദിലീപ് പറഞ്ഞു.

"അപ്പോൾ ഇത് ഒരു തൊഴിൽ ആണെന്ന് താൻ സമ്മതിച്ചു അല്ലേ. ആരും ഒരിക്കലും ആഗ്രഹിച്ച് ഇറങ്ങാത്ത ഒരു തൊഴിൽ. എത്ര ശമ്പളം കിട്ടിയാലും ഒരിക്കലും തൃപ്തിയാകാത്ത തൊഴിൽ."

കാഞ്ചനയുടെ മുഖത്തെ പ്രകാശം മങ്ങുന്നത് പോലെ ദിലീപിന് തോന്നി. ആണുങ്ങളുടെ കാമ ഭ്രാന്ത് തീർക്കുന്നതിനു വേണ്ടി ശരീരം നിൽക്കേണ്ടി വരുന്ന സ്ത്രീകളുടെ ഗതികേടിനെപ്പറ്റി അവൻ ഒരിക്കലും ചിന്തിച്ചിട്ടേ ഉണ്ടായിരുന്നില്ല. ഒരിക്കലും ഒരു സ്ത്രീയുടെ ശരീരവും വിലയ്ക്ക് വാങ്ങേണ്ടി വരുമെന്ന് സ്വപ്നത്തിൽ പോലും കരുതിയിട്ടുമുണ്ടായിരുന്നില്ല.

മുൻപൊക്കെ സുഹൃത്തുക്കൾ ഒരോ സ്ത്രീകളെയും കൊണ്ട് വന്ന് വിളിക്കുമ്പോൾ അതിൽ നിന്നെല്ലാം ഒഴിഞ്ഞു മാറിയ ആളാണ് ദിലീപ്. തന്റെ ആരുമില്ലാത്ത ഒരു സ്ത്രീയുടെ ദേഹത്ത് സ്പർശിക്കുന്നതിനെ കുറിച്ച് ചിന്തിക്കാൻ പോലും അവന് കഴിയുമായിരുന്നില്ല. ഇപ്പോഴിതാ മുന്നിൽ അപരിചിതയായ ഒരു പെൺകുട്ടി. ഇവിടെ നമ്മൾ ചെയ്യേണ്ട കാര്യങ്ങളൊക്കെ തീരുമാനിക്കുന്നത് മറ്റാരോ ആണ്. ആ തീരുമാനങ്ങളെ മറികടക്കാൻ നമുക്കാവില്ല.

ദിലീപിനെ ആ മണ്ടൻ തീരുമാനത്തിൽ നിന്ന് പിന്തിരിപ്പിക്കാൻ അവൾ ശ്രമിച്ചുകൊണ്ടിരുന്നു.

" ഇയാളുടെ കാര്യം ഓർക്കുമ്പോൾ എനിക്ക് ചിരിയാണ് വരുന്നത് തനിക്കറിയാമോ, അന്യമതക്കാരനായ ഒരാളെ സ്നേഹിച്ചു വിവാഹം കഴിച്ച ആളാണ് ഞാൻ. എല്ലാ ബന്ധങ്ങളും ഉപേക്ഷിച്ച് നാടും വീടും

വിട്ട് ഒരുമിച്ച് ജീവിക്കാൻ വേണ്ടി ഒരുപാട് പ്രതീക്ഷകളും ആയിട്ടാണ് ഞങ്ങൾ ഇവിടേയ്ക്ക് വന്നത്. പക്ഷേ വിധി ചതിച്ചു. ഒരു ടയർ കമ്പനിയിൽ ജോലി ചെയ്യുകയായിരുന്നു നൗഷാദ്. കാലിലൂടെ ടയർ കയറിയിറങ്ങി കിടപ്പിലായപ്പോൾ സഹായിക്കാൻ ആരുമുണ്ടായിരുന്നില്ല. സഹായത്തിനു വേണ്ടി ഒരുപാട് പേരുടെ മുന്നിൽ കൈനീട്ടി. സഹായിക്കാം എന്ന് പറഞ്ഞവരൊക്കെ പ്രത്യുപകാരമായിട്ട് ആവശ്യപ്പെട്ടത് എന്റെ ശരീരം ആയിരുന്നു. ഒടുവിൽ ഞാൻ മനസ്സിലാക്കി എന്റെ മാംസത്തിന് വലിയ വില ഉണ്ടെന്ന്. എന്നെ വിറ്റിട്ടായാലും നൗഷാദ് എഴുന്നേറ്റു നടക്കണം ഞാനത്രയേ ചിന്തിച്ചുള്ളൂ. ഇപ്പോൾ എന്റെ രാത്രികൾക്ക് വിലയുണ്ട് 1000, 2000, 5000 ചിലപ്പോൾ 10000"

അവളുടെ കഥ കേട്ട് കഴിഞ്ഞപ്പോൾ ദിലീപിന് ആദ്യം സങ്കടം തോന്നി പിന്നീട് സഹതാപവും. പൂർണ്ണ ആരോഗ്യത്തോടുകൂടി ദിലീപ് ജീവിച്ചിരുന്നിട്ടും കാമുകി അവനെ വിട്ടു പോയി.തളർന്നു കിടക്കുന്ന ഭർത്താവിന് വേണ്ടി കാഞ്ചന സ്വന്തം ശരീരം വരെ വിൽക്കാൻ തയ്യാറായി. ഇവരിൽ ആരാണ് ശരി? ദിലീപ് തന്നോട് തന്നെ ചോദിച്ചു.

ദിലീപ് അലമാരയിൽ നിന്നും ഒരു ചെക്ക് ബുക്ക് എടുത്തു കൊണ്ട് വന്ന ശേഷം നൗഷാദിന്റെ ചികിത്സക്ക് എത്ര പണം വേണം എന്ന് അവളോട് ചോദിച്ചു. മരിക്കുന്നതിനു മുമ്പ് ഒരു നല്ല കാര്യം ചെയ്തിട്ട് പോകാം എന്ന് അവൻ കരുതി.

പക്ഷേ ആ പണം വാങ്ങാൻ അവൾ തയ്യാറായില്ല. കാരണം അവൻ അത് അമ്മയ്ക്ക് അയക്കാൻ വേണ്ടി വച്ചിരുന്ന പണം ആണെന്ന് അവൾക്ക് അറിയാമായിരുന്നു.

ഒരിക്കൽ അണിഞ്ഞു പോയാൽ പിന്നെ ഒരിക്കലും അഴിച്ചു വയ്ക്കാൻ കഴിയാത്ത ഒരു കുപ്പായമാണ് അവളുടേത്. എല്ലാം അവസാനിപ്പിച്ചാലും പിന്നെയും ഒരു വേശ്യയായി തന്നെ ജീവിക്കേണ്ടിവരും.

നമ്മളെ ഉപേക്ഷിച്ച് പോയവർക്കുവേണ്ടി മരിക്കുന്നതിനേക്കാൾ നമ്മളെ സ്നേഹിക്കുന്നവർക്ക് വേണ്ടി ജീവിക്കുന്നതാണ് മഹത്തായ കാര്യം. ആ സത്യം ദിലീപിന് മനസ്സിലാക്കികൊടുക്കാൻ ശ്രമിച്ചു കൊണ്ടിരുന്നു.

" അമ്മയ്ക്ക് ഇനി ഇയാൾ അല്ലാതെ വേറെ ആരുണ്ട്. അച്ഛൻ മരിച്ചിട്ടും അമ്മ ഇത്രയും നാൾ ജീവിച്ചില്ലേ.അത് ആർക്കു വേണ്ടിയായിരുന്നു. നമുക്ക് പ്രിയപ്പെട്ടവർ നമ്മളെ വിട്ടു പോയാലും പിന്നെയും നമ്മൾ ജീവിക്കേണ്ടിവരും മറ്റു പലർക്കും വേണ്ടി."

മനസ്സിന്റെ നിയന്ത്രണം കൈവിട്ടു പോകുന്നത് കൊണ്ട് ദിലീപ് വീണ്ടും മദ്യം ഒഴിച്ചു കുടിച്ചു.

ഇടയ്ക്ക് അവൻ കാഞ്ചനയുടെ മുഖത്തേക്ക് നോക്കി. അവൾ പിന്നെയും പറയാൻ ബാക്കിയുള്ളതൊക്കെ പുറത്തേക്ക് വിട്ടു.

"എല്ലാ സ്ത്രീകളെയും പോലെ എനിക്കും ഉണ്ട് ആഗ്രഹങ്ങൾ. ഒരു കുഞ്ഞിനെ ഗർഭം ധരിക്കാൻ. വേദനിച്ച് ഉറക്കെ ഉറക്കെ കരഞ്ഞു പ്രസവിക്കാൻ. ഉള്ളിലെ സ്നേഹം മുഴുവൻ കൊടുത്ത് പാലൂട്ടി താരാട്ടാൻ.. അങ്ങനെയങ്ങനെ ഒരുപാട്.. ഇപ്പോൾ പലർക്കും ഞാനൊരു യന്ത്രം മാത്രമാണ്. ചിലരുടെ പ്രകൃതി വിരുദ്ധ കേളികൾക്ക് വഴങ്ങി നാൽക്കാലികളെ പോലെ നിൽക്കുമ്പോൾ പലപ്പോഴും ലജ്ജ തോന്നാറുണ്ട്. വേദനകൊണ്ട് ഉറക്കെ നില വിളിക്കാൻ ശ്രമിക്കുമ്പോഴൊക്കെ വാ പൊത്തി പിടിച്ചുകൊണ്ട് എന്റെ ശബ്ദത്തെ കൊന്ന് ആ വേദന പോലും ആസ്വദിക്കുന്ന ഇരുകാലികൾ. ഇക്കാലമത്രയും എന്റെ മനസ്സിനും ശരീരത്തിനും ഏറ്റ മുറിവുകളുടെ ഒരംശം വേദനപോലും താൻ അനുഭവിച്ചിട്ടുണ്ടാകില്ല."

അവളുടെ മുഖത്തു നിന്നും അവൾ അനുഭവിച്ചിട്ടുള്ള വേദനകൾ ആർക്കും വായിച്ചെടുക്കാമായിരുന്നു. ഇരുപത് വയസ്സുകാരൻ മുതൽ 55 വയസ്സുകാരൻ വരെ. ഓരോരുത്തർക്കും ഓരോ വിനോദങ്ങൾ. സ്വന്തം ഭാര്യയോട് ചെയ്യാൻ മടിക്കുന്നതൊക്കെ അവളോട് ചെയ്യാൻ മോഹിച്ചെത്തുന്നവർ. അവളുടെ ശരീരം മറ്റാരുടെയൊക്കെയോ ആണെന്ന് പലപ്പോഴും തോന്നാറുണ്ട്. ആർക്കൊക്കെയോ വേണ്ടി സൂക്ഷിക്കുന്ന പച്ചമാംസം.

എങ്ങനെയാണ് ഒരു പെണ്ണിന് എത്രയൊക്കെ സഹിച്ചു ജീവിക്കാൻ കഴിയുന്നത്? അവൾ ഇഷ്ടപ്പെടുന്ന ഒരാൾക്ക് വേണ്ടി സ്വയം ഹോമിക്കുകയാണ്. ദിലീപ് ആകട്ടെ വലിച്ചെറിഞ്ഞു പോയവൾക്ക് വേണ്ടി ജീവനൊടുക്കാനൊരുങ്ങുന്നു. സ്നേഹിക്കുന്നയാൾക്ക് വേണ്ടി

എല്ലാ വേദനകളും സഹിക്കുന്ന കാഞ്ചനയ്ക്ക് മുന്നിൽ ദിലീപ് തോറ്റു പോകുന്നത് പോലെ തോന്നി. തോന്നലല്ല.. അതാണ് സത്യം...

"ഇതെല്ലാം ഒരു വേശ്യയുടെ കുമ്പസാരം പോലെ തോന്നുന്നുണ്ട് അല്ലേ? പലരും ഭർത്താവിനെ വഞ്ചിച്ച് തെറ്റ് ചെയ്യുമ്പോൾ ഞാൻ എന്റെ ഭർത്താവിന് വേണ്ടിയാണ് ഇത് ചെയ്യുന്നത്. അത് കൊണ്ട് അദ്ദേഹത്തോട് മാത്രമേ എനിക്ക് കുമ്പസാരിക്കാനുള്ളൂ.. പിന്നെ, നിങ്ങളെ ഉപദേശിക്കേണ്ട കാര്യം ഒന്നും എനിക്കില്ല. പക്ഷേ ഞാൻ ഇത്രയും പറഞ്ഞത് മറ്റൊരു ആണിനെയും പോലെ എന്നെ കടിച്ചു പറിക്കാനുള്ള ആവേശത്തോടെ ഇതുവരെയും നിങ്ങൾ എന്നെ സമീപിച്ചില്ല. ഞാൻ കണ്ട ആണുങ്ങളിൽ ഒന്നും ഇല്ലാത്ത എന്തോ ഒന്ന് നിങ്ങളിലുണ്ട് എന്ന് എനിക്ക് തോന്നി."

കാഞ്ചന മദ്യലഹരിയിൽ ഇരിക്കുന്ന ദിലീപിനോട് പറഞ്ഞു.

ആണിന്റെ വാരിയെല്ലിൽ നിന്നാണ് ദൈവം പെണ്ണിനെ സൃഷ്ടിച്ചത് എന്ന് പറയാറുണ്ട്. അതേ എല്ലിൻ കഷണത്തിന് വേണ്ടി ഇന്ന് ആണുങ്ങൾ കടിപിടി കൂടുകയാണ്.

കാമുകിയേയും കാഞ്ചനയേയും തന്റെ മനസ്സിന്റെ തുലാസിൽ ഇട്ട് ദിലീപ് തൂക്കിനോക്കി. കാഞ്ചനയുടെ തട്ടിന് തന്നെയായിരുന്നു ഭാരക്കൂടുതൽ.

അമ്മയും കാമുകിയും കാഞ്ചനയും എല്ലാം അവന്റെ മനസ്സിലൂടെ കടന്നു പൊയ്ക്കൊണ്ടിരുന്നു.

" സമയം വൈകുന്നു, നമ്മളിനിയും സംസാരിച്ചു കൊണ്ടിരുന്നാൽ നേരം വെളുക്കും."

കാഞ്ചന പറഞ്ഞതിന്റെ അർഥം മനസ്സിലായ ദിലീപ് അവളുടെ മുഖത്തേക്ക് നോക്കി.

എത്ര പ്രസന്നമാണ് അവളുടെ മുഖം. ഇത്രയേറെ സങ്കടങ്ങൾ കൊണ്ടുനടക്കുന്ന ഒരാളാണെന്ന് പറയുകയേയില്ല.

ആരെയും ആകർഷിക്കുന്ന അവളുടെ കണ്ണുകളിലേക്ക് നോക്കി ഇരുന്നപ്പോൾ പെട്ടെന്ന് ഓട്ടോറിക്ഷ ഹോൺ അടിക്കുന്ന ശബ്ദം കേട്ടു.

ആ ശബ്ദം വീണ്ടും വീണ്ടും കാതിൽ മുഴങ്ങിക്കൊണ്ടിരുന്നു. പെട്ടെന്ന് മയക്കത്തിൽ നിന്നും ദിലീപ് ഞെട്ടി ഉണർന്നു. അവൻ

അത്ഭുതത്തോടെ ചുറ്റും നോക്കി. കാഞ്ചനയെ അവിടെ കാണാനില്ല. ഒളിച്ചു വച്ചിരുന്ന മദ്യവും കഴിക്കാൻ വാങ്ങിച്ച് വച്ചിരുന്ന ചപ്പാത്തിയും ചിക്കനും അതുപോലെ അവിടെ ഇരിപ്പുണ്ട്.

ആരോ കോളിംഗ് ബെൽ അടിക്കുന്ന ശബ്ദം കേട്ടു. ദിലീപ് കണ്ണുതിരുമ്മി എഴുന്നേറ്റ് നോക്കിയപ്പോൾ സമയം രാവിലെ 9 മണി കഴിഞ്ഞിരിക്കുന്നു. എല്ലാം ഒരു സ്വപ്നമായിരുന്നു എന്ന് ദിലീപിന് അപ്പോഴാണ് മനസ്സിലായത്.

കോളിംഗ് ബെൽ വീണ്ടും മുഴങ്ങി കേട്ടപ്പോൾ ദിലീപ് എഴുന്നേറ്റ് ചെന്ന് വാതിൽ തുറന്നു. പുറത്തു നിൽക്കുന്ന വിമേഷിനെ കണ്ട് അത്ഭുതത്തോടെ അവൻ നിന്നു.

" മച്ചാനേ, ഇന്നലെ നമ്പര് അയക്കാൻ വിട്ടു പോയി. ഇന്ന് ഞാൻ ഒരെണ്ണത്തിനെ സെറ്റ് ആക്കി വച്ചിട്ടുണ്ട് വൈകിട്ട് കൊണ്ടുവരട്ടെ? "

കേട്ടപാടെ തന്നെ വേണ്ട എന്ന് ദിലീപ് മറുപടി പറഞ്ഞു. വിമേഷ് കൂടുതൽ കാര്യങ്ങൾ ചോദിച്ച് ബുദ്ധിമുട്ടിക്കുന്നതിനു മുമ്പ് തന്നെ ഒഴികിഴിവുകൾ പറഞ്ഞ് അവിടെ അവിടെ നിന്നും പറഞ്ഞു വിട്ടു.

കഴിഞ്ഞ രാത്രി സ്വപ്നത്തിൽ വന്ന ആ പെൺകുട്ടി ആരായിരിക്കും. ആരായിരുന്നാലും ആ സ്വപ്നമാണ് ഇന്നത്തെ പുലരി കാണാൻ ദിലീപിനെ അനുവദിച്ചത്. മരിക്കണം എന്ന ചിന്തയൊക്കെ മനസ്സിൽ നിന്നു പോയി. മരിക്കാൻ ഒരു കാരണമേയുള്ളൂ.. ജീവിക്കാൻ അനേകം കാരണങ്ങളുണ്ട്.. ഇനിയും ഇനിയും പിറക്കാനിരിക്കാനിരിക്കുന്ന ഒരായിരം കാരണങ്ങൾ.. ആ കാരണങ്ങൾക്ക് വേണ്ടിയാണു ഇനി ദിലീപിന്റെ ജീവിതം.

ദിലീപ് ഫോൺ എടുത്ത് അമ്മയെ വിളിച്ചു.

" അമ്മ, അമ്മാവൻ പറഞ്ഞ ആ ജോലി ശരിയാക്കി കൊള്ളാൻ പറഞ്ഞോള്ളൂ, ഞാൻ ഉടനെ നാട്ടിലേക്ക് വരുന്നുണ്ട്. ഐ മിസ്സ് യൂ അമ്മ"

ഉറക്കെ കരഞ്ഞു കൊണ്ട് കോൾ കട്ടാക്കി ദിലീപ് കസേരയിൽ ഇരുന്നു. എല്ലാ ശീലങ്ങൾക്കും ഇതോടെ വിട. വേദനകൾ തന്ന ഈ നഗരത്തിനും..

2

വിചാരണ

ഒരു റബ്ബർ എസ്റ്റേറ്റിന്റെ ആളൊഴിഞ്ഞ ഭാഗത്തായി വിനോജ് എന്ന ചെറുപ്പക്കാരൻ ചോരയിൽ കുളിച്ച് മരണത്തോട് മല്ലിടുന്നു. അവനെ ഉപദ്രവിച്ചവർ തൊട്ടടുത്ത് തന്നെ നിൽപ്പുണ്ട്. കൂട്ടത്തിൽ പ്രധാനിയായ അമിട്ട് സുര എന്ന നാല്പതുകാരൻ ഫോണെടുത്ത് അവർക്ക് കൊട്ടേഷൻ ഏൽപ്പിച്ച, അവരുടെ പാർട്ടി നേതാവായ സുഭാഷ് ചന്ദ്രനെ വിളിച്ച് അയാളേൽപ്പിച്ച ദൗത്യം ചെയ്തെന്ന് അറിയിച്ചു. വിനോജ് മരിച്ചു എന്നുറപ്പാക്കിയ ശേഷം അവർ അവിടെ നിന്ന് പോയി.

വിവരമറിഞ്ഞു പോലീസുകാരും ഫോറൻസിക്കും മീഡിയയും സംഭവസ്ഥലത്തെത്തി. മൃതദേഹത്തിന് സമീപത്തായി നിൽക്കുന്ന സി.ഐ. ശരണിന് മരിച്ചത് ആരാണെന്ന് അറിഞ്ഞപ്പോൾ തന്നെ കൊന്നത് ആരാണെന്ന് വ്യക്തമായി.

സംഭവം നടന്ന് രണ്ട് ദിവസത്തിന് ശേഷം രാഷ്ട്രീയ പ്രവർത്തകനായ സുഭാഷ് ചന്ദ്രനെ സംശയാസ്പദമായ സാഹചര്യത്തിൽ കൊല്ലപ്പെട്ട നിലയിൽ കണ്ടെത്തി. മാധ്യമങ്ങളിലെല്ലാം വാർത്ത കാട്ടുതീ പോലെ പടർന്നു.

രണ്ട് മാസം കഴിഞ്ഞു പോയി.

ആൾതാമസമില്ലാത്ത ചുറ്റുമതിലോട് കൂടിയ ഒരു പഴയ കെട്ടിടത്തിന്റെ പിൻഭാഗത്തെ ടോയെ്ലറ്റിൽ നിന്നും സി ഐ ശരൺ

പുറത്തിറങ്ങി. പാന്റിന്റെ സിബ്ബ് നേരെ പിടിച്ചിട്ട് കൊണ്ട് ചുറ്റും നോക്കി. ആരുമില്ലെന്ന് ഉറപ്പാക്കി സാവധാനം വീടിനു മുൻ വശത്തേക്ക് നടന്നു.

മുൻ വശത്തെത്തിയ ശേഷം വീടിനകത്തേക്ക് പ്രവേശിച്ചു. അവിടെ ഒരു കസേരയിൽ കൈകൾ വിലങ്ങിട്ട് ബന്ധിച്ച നിലയിൽ കനിഹ എന്ന പെൺകുട്ടിയും സമീപത്തായി രണ്ടു കോൺസ്റ്റബിൾമാരും നിൽപ്പുണ്ട്. കനിഹയുടെ മുന്നിലുള്ള കസേരയിൽ ശരൺ വന്നിരുന്നു.

കനിഹയുടെ ഭർത്താവ് അജിത് രണ്ട് ദിവസം മുൻപ് ആത്മഹത്യ ചെയ്തു. കാരണം അവ്യക്തം. ഈ സമയം ഭാര്യയായ കനിഹ സ്ഥലത്തില്ലായിരുന്നു. ഭർത്താവ് മരിച്ച വിവരം അവൾ അറിഞ്ഞിട്ടു കൂടി ഉണ്ടായിരുന്നില്ല. കാമുകനോടൊപ്പം ചേർന്ന് അവൾ അജിത്തിനെ ഇല്ലാതാക്കിയെന്നാണ് പോലീസുകാരും മീഡിയയും വിശ്വസിക്കുന്നത്. ഇക്കാര്യത്തെപ്പറ്റി ശരൺ അവളോട് ചോദിച്ചു .

അവളെ തട്ടിക്കൊണ്ടു വന്നു ഇതുപോലൊരു ആളൊഴിഞ്ഞ കെട്ടിടത്തിൽ കൊണ്ട് വന്നു കെട്ടിയിട്ട് ചോദ്യം ചെയ്യുന്നതിൽ അവൾക്ക് അമർഷം ഉണ്ടായിരുന്നു. അവൾ ദേഷ്യപ്പെട്ടു.

ശരൺ ആരാണെന്നുള്ള കാര്യം ശേരിക്കും മനസ്സിലാക്കിയപ്പോൾ അവൾ ശാന്തയായി . നിയമത്തിൽ നിന്നും രക്ഷപ്പെട്ടു പോകാൻ ശ്രമിക്കുന്നവരെ ഔദ്യോഗികമായിട്ടല്ലാതെ ചോദ്യം ചെയ്ത് സത്യം വെളിച്ചത്ത് കൊണ്ട് വരൻ ശ്രമിക്കുകയും പലവട്ടം അതിനു സസ്പെൻഷൻ വാങ്ങിക്കുകയും ചെയ്തയാളാണ് ശരൺ.

ശരൺ ശബ്ദമുയർത്തി ചോദിച്ചപ്പോൾ കനിഹ അവരോട് സഹകരിക്കാൻ തയ്യാറായി. ഒരു ആൽബത്തിൽ പാടാനായിട്ട് മദ്രാസിലേക്ക് പോയതാണ് അവ . അവിടെ വയ്ച്ച് ആരോ അവളുടെ പേഴ്സ് മോഷ്ടിച്ചു .പണവും മൊബൈൽ ഫോണും നഷ്ടമായി. അതുകൊണ്ടാണ് അജിത് മരണപ്പെട്ട വിവരം അവൾ അറിയാതിരുന്നത്.

കഴിഞ്ഞ ദിവസം നാട്ടിലെത്തിയപ്പോഴാണ് അവൾ വിവരം അറിയുന്നത്. പോലീസ് അവളെയാണ് സംശയിക്കുന്നതെന്നു മനസ്സിലാക്കിയപ്പോൾ അവൾ മനഃപൂർവം മാറി നിന്നതാണ്.

ശരൺ കനിഹയെ ചോദ്യം ചെയ്യുന്നത് തെളിവിനായിട്ട് കോൺസ്റ്റബിൾമാരിൽ ഒരാളായ മഹേഷ് മൊബൈലിൽ പകർത്തുന്നുണ്ട്.

മദ്രാസ് കണക്ഷൻ എങ്ങനെ കിട്ടിയെന്ന് ശരൺ ചോദിച്ചപ്പോൾ ഒരു സുഹൃത്ത് വഴിയാണ് കിട്ടിയതെന്ന് അവൾ പറഞ്ഞു. രതീഷ് എന്ന് പേരുള്ള ആ സുഹൃത്താണ് അവളുടെ കാമുകൻ എന്നുള്ള കാര്യം ശരണിന് അറിയാമായിരുന്നു. അർഥം വയ്ച്ചുള്ള ചോദ്യങ്ങൾ ശരൺ ചോദിച്ചു. പക്ഷെ അവൾ തുറന്ന് സമ്മതിച്ചില്ല.

അജിത്തുമായിട്ട് എന്തെങ്കിലും പ്രശ്നങ്ങൾ ഉണ്ടായിരുന്നോ എന്ന് ശരൺ തിരക്കി.

പ്രത്യേകിച്ച് പ്രശ്നങ്ങൾ ഒന്നും ഉണ്ടായിരുന്നില്ല. പക്ഷെ വിവാഹം കഴിഞ്ഞു 4 വർഷം കഴിഞ്ഞിട്ടും അവർക്ക് കുട്ടികൾ ഉണ്ടാകാത്തത് അജിത്തിന്റെ കുഴപ്പം കൊണ്ടാണോ എന്നറിയാൻ ഡോക്ടറെ പോയി കാണാൻ അവൾ പലവട്ടം വിളിച്ചിട്ടും അജിത് ചെല്ലാതിരുന്നതിൽ പലപ്പോഴും സൗന്ദര്യപ്പിണക്കങ്ങൾ ഉണ്ടായിട്ടുണ്ട് എന്ന് കനിഹ മനസ്സ് തുറന്നു.

അജിത് കനിഹയോട് വർക്ക് കുറവുള്ള ഒരു ദിവസം നോക്കി ആശുപത്രിയിൽ പോകാമെന്നു വാക്ക് കൊടുത്തിരുന്നു.

ഒരു ദിവസം അജിത്തിന്റെ മൊബൈലിൽഒരു കാൾ വന്നത് അവൾ ശ്രദ്ധിച്ചു. അജിത് മാറി നിന്ന് കോൾ എടുത്ത് സംസാരിക്കുന്നത് കനിഹ നോക്കി നിന്നു. ആരോടോ ദേഷ്യപ്പെട്ട് സംസാരിക്കുന്നുണ്ട്. കനിഹ ശ്രദ്ധിക്കുന്നുണ്ടെന്ന് മനസ്സിലാക്കിയപ്പോൾ അജിത് അവളെ തുറിച്ച് നോക്കി. അവൾ പെട്ടെന്ന് അവിടെ നിന്ന് മാറിപ്പോയി.

അജിത് ഓഫീസിൽ പോയി കഴിഞ്ഞാൽ ആ വീട്ടിൽ അവൾ ഒറ്റക്കാണ്, വല്ലപ്പോളും അജിത്തിന്റെ സഹോദരിയുടെ മകൾ റാണി അവിടെ വരാറുണ്ട്. അവൾ പത്താം ക്ലാസ്സിലാണ് പഠിക്കുന്നത്.

കനിഹ അത്യാവശ്യം പാടുന്ന കാര്യം അവൾക്കറിയാം. വെറുതെ ബോറടിക്കുമ്പോൾ ആശ്വാസത്തിന് വേണ്ടി ഒരു മാർഗം റാണി കനിഹയ്ക്ക് പറഞ്ഞു കൊടുത്തു. പാട്ടുകൾ പാടി അപ്‌ലോഡ്

ചെയ്യാൻ പറ്റിയ ഒരു മ്യൂസിക് ആപ്പിൽ അവൾ കനിഹയ്ക്ക് ഒരു അകൗണ്ട് എടുത്ത് കൊടുത്തു. എന്നിട്ട് സമയമുള്ളപ്പോളെല്ലാം അതിൽ പാടാൻ പറഞ്ഞു.

കനിഹ അതിൽ പാടിയ പാട്ടുകളൊക്കെ പെട്ടെന്ന് വൈറലായി. അവൾ അത് ഒട്ടും പ്രതീക്ഷിച്ചിരുന്നില്ല. ആദ്യമൊന്നും ആരും ശ്രദ്ധിക്കാതിരുന്ന അവളുടെ പാട്ടുകൾ വളരെപ്പെട്ടെന്നാണ് ശ്രദ്ധിക്കപ്പെട്ടതും അവൾക്ക് ഫോളോവേഴ്സ് കൂടിയതും . അതിനെല്ലാം പിന്നിൽ ഒരാളുണ്ടായിരുന്നെന്ന് പിന്നീടാണ് അവളറിഞ്ഞത്.

പ്രസിദ്ധ മ്യൂസിഷ്യനായ രതീഷ് സുകുമാർ തന്റെ സോഷ്യൽ മീഡിയ ഒഫീഷ്യൽ പേജിൽ അവളുടെ ഗാനം പങ്കു വയ്ച്ചതോടെയാണ് അവളെ പെട്ടെന്ന് ശ്രദ്ധിക്കപ്പെട്ടതെന്ന വിവരം രതീഷിന്റെ നാവിൽ നിന്ന് തന്നെ അവൾ അറിഞ്ഞു.

ഇത്രയും വലിയൊരു മ്യൂസിഷ്യൻ തന്നെ ഫോളോ ചെയ്യുന്നെന്നറിഞ്ഞപ്പോൾ ആദ്യം കനിഹയ്ക്ക് അത്ഭുതമാണ് തോന്നിയത്. പിന്നീട് അദ്ദേഹം അവൾക്ക് മെസ്സേജ് ചെയ്തു. നമ്പർ കൊടുത്തു, സംസാരിച്ച് തുടങ്ങിയപ്പോൾ വലിയൊരാളാണെന്നതിന്റെ യാതൊരു അഹംഭാവവുമില്ലാത്ത ഒരാൾ, ഒരു സാധാരണക്കാരൻ.

കനിഹയെപ്പോലെ തന്നെ ഒരുപാട് പ്രശ്നങ്ങൾ രതീഷിനുമുണ്ടായിരുന്നു. അവർ പരസ്പരം എല്ലാം തുറന്ന് സംസാരിച്ചു, പെട്ടെന്ന് അടുക്കുകയും ചെയ്തു.

ഒരുദിവസം അജിത് പതിവ് പോലെ ഓഫീസിലേയ്ക്ക് പോകാനിറങ്ങി. കനിഹയോട് യാത്ര പറഞ്ഞു കൊണ്ട് അജിത് പോയിക്കഴിഞ്ഞ ഉടനെ തന്നെ അവൾ മൊബൈലെടുത്ത് രതീഷിനെ വിളിച്ചു. അജിത് പോകാൻ വേണ്ടി കാത്തിരുന്നത് പോലെ.

ഇരുവരും ഫോണിലൂടെ സംസാരിക്കുന്നതിനിടക്ക് പെട്ടെന്ന് എന്തോ മറന്ന് വയ്ച്ചത് എടുക്കാനായി അജിത് അങ്ങോട്ട് കയറി വന്നു. അപ്രതീക്ഷിതമായി അജിത്തിനെ കണ്ടപ്പോൾ അവൾ പേടിച്ച് മൊബൈൽ പെട്ടെന്ന് ഒളിപ്പിച്ചു.

അജിത് അവളുടെ പരുങ്ങൽ കണ്ട് സംശയത്തോടെ നോക്കിയ ശേഷം മറന്ന് വയ്ച്ച സാധനമെടുത്ത് പുറത്തേക്കിറങ്ങിപ്പോയി.

അജിത്ത് പോയപ്പോൾ അവൾ ദീർഘനിശ്വാസത്തോടെ ഡോർ അടച്ച ശേഷം രതീഷിനോട് സംസാരം തുടർന്നു.

അങ്ങനെ പതിയെ പതിയെ അവർ ഇഷ്ടത്തിലായി. അതൊരു പ്രണയമൊന്നുമായിരുന്നില്ല. നല്ലൊരു സുഹൃത്ത്, അതിനപ്പുറം ഒന്നും ഉണ്ടായിരുന്നില്ല എന്ന് കനിഹ ശരണിനെ വിശ്വസിപ്പിക്കാൻ ശ്രമിച്ചു. പക്ഷെ അത് വിശ്വസിക്കാൻ ശരൺ തയ്യാറായില്ല.

കനിഹ മദ്രാസിലേക്ക് പോകാനുണ്ടായ സാഹചര്യത്തെ കുറിച്ച് ശരൺ വിശദമായി ചോദിച്ചു .

വെറുതെ അപ്ലിക്കേഷനിൽ പാടി നടക്കേണ്ടയാളല്ല കനിഹയെന്ന് രതീഷ് ഒരുദിവസം അവളോട് പറഞ്ഞു. അവന്റെ ഒരു മ്യൂസിക് വർക്കിൽ അവസരം കൊടുക്കാനിരിക്കവേ ആണ് രതീഷിന്റെ ഒഫീഷ്യൽ പേജിൽ അവൻ ഷെയർ ചെയ്ത അവളുടെ ഒരു ഗാനം മദ്രാസിലുള്ള ഒരു മ്യൂസിക് കമ്പനിയുടെ ശ്രദ്ധയിൽപ്പെട്ടതും രതീഷിനെ ബന്ധപ്പെട്ട ശേഷം കനിഹയെ കുറിച്ച് തിരക്കിയതും.

കനിഹയ്ക്ക് സന്തോഷമേ ഉണ്ടായിരുന്നുള്ളൂ. അജിത് സമ്മതിക്കുമോ എന്നൊരു പേടിയും ഉണ്ടായിരുന്നു. അജിത്തിനെക്കൊണ്ട് സമ്മതിപ്പിക്കുന്ന കാര്യം താനേറ്റു എന്ന് പറഞ്ഞു കൊണ്ട് രതീഷ് അവൾക്ക് ധൈര്യം നൽകി.

കനിഹ ആപ്പിൽ പാടുന്ന കാര്യം അജിത്തിന്റെ സുഹൃത്തുക്കൾ പറഞ്ഞാണ് അജിത് അറിഞ്ഞത്. അവനോടു പറയാതിരുന്നതിൽ പരിഭവം ഉണ്ടായിരുന്നെങ്കിലും സുഹൃത്തുക്കൾ അവളെ പൊക്കിപ്പറഞ്ഞപ്പോൾ അജിത്തിന് അഭിമാനം തോന്നിയത് കൊണ്ട് വഴക്കൊന്നും പറഞ്ഞില്ല.

അവളുടെ സുഹൃത്ത് എന്ന് പറഞ്ഞു കൊണ്ട് രതീഷ് അജിത്തിനെ വിളിച്ചു. മദ്രാസിലെത്താനുള്ള സൗകര്യങ്ങൾ അവൻ ചെയ്ത കൊടുക്കാം എന്ന് പറഞ്ഞു അജിത്തിന് വിശ്വാസമാകുന്ന രീതിയിൽ കാര്യങ്ങൾ അവതരിപ്പിച്ചു. ഒടുവിൽ അജിത് അവളെ പോകാൻ അനുവദിച്ചു .

പക്ഷെ അങ്ങനെ പോകാൻ അവസരം കിട്ടിയാൽ അത് മുതലാക്കി രതീഷ് അവളോടൊപ്പം പോകാതിരിക്കില്ല എന്ന് ശരണിന് അറിയാമായിരുന്നു. അതേപ്പറ്റി അവൻ തിരക്കി ചെല്ലാതിരുന്നതെന്നു ശരൺ തിരക്കി.

രതീഷിനു നേരത്തെ ഏറ്റിരുന്ന ഏതോ വർക്ക് ചെയ്തു തീർക്കാനുണ്ടായിരുന്നത് കൊണ്ടാണ് ഒപ്പം ചെല്ലാതിരുന്നെന്ന് അവൾ പറഞ്ഞു.

"മദ്രാസിൽ ചെന്നിട്ട് പാടിയോ?" ശരൺ ചോദിച്ചു.

"അതൊരു ചതിയായിരുന്നു. അവർ സത്യത്തിൽ മ്യൂസിക് ആൽബം ചെയ്യുന്നവർ അല്ലായിരുന്നു. അവരുടെ ഉദ്ദേശം വേറെയായിരുന്നു. ഒരു വിധത്തിലാണ് ഞാൻ അവിടെ നിന്ന് രക്ഷപ്പെട്ടു വന്നത്. ജീവനും കൊണ്ട് ഓടിപ്പോകുന്നതിനിടയിൽ എന്റെ ബാഗ് എവിടെവയ്ച്ചോ നഷ്ടമായി. നാട്ടിലെത്താൻ പിന്നീട് ഒരുപാട് കഷ്ടപ്പെട്ടു. ഇവിടെ എത്തി രതീഷിനെ കോണ്ടാക്ട് ചെയ്തപ്പോളാണ് എല്ലാം ഞാൻ അറിഞ്ഞത്" അവൾ വിശദീകരിച്ചു.

"ഭർത്താവിനേക്കാൾ മുൻഗണന രതീഷിനാണോ?" ശരൺ ചോദിച്ചു.

"അതുകൊണ്ടല്ല, എന്നെ മദ്രാസിൽ പറഞ്ഞു വിട്ടത് രതീഷായത് കൊണ്ട് അവനെ വിളിച്ച് അറിയിച്ചതാണ്. അവന് സത്യത്തിൽ അവരെക്കുറിച്ച് അറിയില്ലായിരുന്നു"

ഇതെല്ലാം മൊബൈലിൽ പകർത്തുന്ന മഹേഷ് ഇടയ്ക്കിടെ ക്യാമറയിലൂടെ അവളുടെ ശരീര വടിവ് ആസ്വദിക്കുന്നുണ്ട്.

കനിഹയെ ഞെട്ടിച്ച് കൊണ്ട് ശരൺ താൻ കണ്ടെത്തിയ കാര്യങ്ങൾ വെളിപ്പെടുത്തി.

"കനിഹ പറഞ്ഞതെല്ലാം കള്ളമാണ്. കനിഹ മദ്രാസിൽ പോയിട്ടില്ല. പകരം ഊട്ടിയിലുള്ള ഒരു ഹോസ്പിറ്റലിൽ ആയിരുന്നു പോയത്, ഒപ്പം രതീഷും ഉണ്ടായിരുന്നു. സത്യമല്ലേ?"

ശരൺപറഞ്ഞത് കേട്ട് അവൾ ഞെട്ടി. അല്പ നേരം അവൾ മൗനം പാലിച്ചു.

"മിണ്ടാതിരുന്നിട്ട് കാര്യമില്ല. ഞാൻ രതീഷിനെ ചോദ്യം ചെയ്തിരുന്നു. പക്ഷേ അവനും പറഞ്ഞത് ഈ മദ്രാസ് കഥ തന്നെയാണ്. അത്ര വിശ്വസനീയമായി തോന്നാത്തത് കൊണ്ട് ഞാനെന്റെ രീതിക്കൊന്ന് അന്വേഷിച്ചു. നിങ്ങൾ സുഹൃത്തുക്കൾ അല്ലെന്നും ഭാര്യാ ഭർത്താക്കന്മാരെ പോലെയാണെന്നും എനിക്ക് മനസ്സിലാക്കാൻ കഴിഞ്ഞു. രതീഷിന്റെ ആദ്യ വിവാഹത്തിലുള്ള മകൾ വിദ്യ ഊട്ടിയിലെ ബോർഡിങ് സ്കൂളിൽ പഠിക്കുന്നുണ്ട്. ആ കുട്ടിയെ കാണാൻ വേണ്ടിയാണ് മദ്രാസിലേക്ക് ആൽബത്തിൽ പാടാണെന്ന വ്യാജേന നിങ്ങൾ പോയത്. ഇതല്ലേ സത്യം?"

ശരൺഎല്ലാം മനസ്സിലാക്കി കഴിഞ്ഞെന്നറിഞ്ഞപ്പോൾ പിന്നെ അധികം കള്ളങ്ങൾ പറഞ്ഞ് വിഷയം വഷളാക്കണ്ട എന്ന് കനിഹയ്ക്ക് തോന്നി. അവൾ സത്യം പറയാൻ തീരുമാനിച്ചു.

"നേരാണ്, വിദ്യമോൾക്ക് പെട്ടെന്നൊരു തല ചുറ്റൽ പോലെ വന്നു. ഹോസ്പിറ്റലിൽ അഡ്മിറ്റ് ചെയ്തപ്പോൾ അമ്മ കൂടെ വന്ന് നിൽക്കണമെന്ന് പറഞ്ഞു. അമ്മയുടെ സ്ഥാനത്ത് സ്കൂളിൽ എന്റെ പേരാണ് വച്ചിരിക്കുന്നത്. എന്നെ ഹോസ്പിറ്റലിൽ കൊണ്ടാക്കിയിട്ട് രതീഷ് തിരിച്ചു വന്നു. പിറ്റേന്ന് ആണ് അജിത് ആത്മഹത്യ ചെയ്ത വിവരം രതീഷ് എന്നെ വിളിച്ചു പറയുന്നത്. കേട്ടപ്പോൾ ഞാൻ ഷോക്കായി പോയി. രതീഷിനെയും എന്നെയും ചേർത്ത് ചിലർ മോശം പ്രചാരണങ്ങൾ നടത്തുന്നുണ്ടെന്നും പൊലീസിന് എന്നെയാണ് സംശയമെന്നും അത് കൊണ്ട് കുറച്ച് ദിവസം കഴിഞ്ഞിട്ട് വന്നാൽ മതിയെന്നും രതീഷ് പറഞ്ഞു. മൊബൈൽ ഫോൺ ഉപയോഗിക്കേണ്ടെന്നും പറഞ്ഞു."

"ലാൻഡ് ഫോണിൽ നിന്നും രതീഷിനെ ബന്ധപ്പെട്ടിടത്ത് സംഗതി പാളി. ചില സമയത്ത് അതിബുദ്ധി മണ്ടത്തരമായി പോകും."

ശരൺപറഞ്ഞത് കേട്ട് അവൾ തല കുനിച്ചു.

അവൾക്ക് വേണ്ടി രതീഷ് ഒരു വക്കീലിനെ ഏർപ്പാട് ചെയ്തിരുന്നു. അഡ്വ.ജഗദീഷ്.

വക്കീലിനെ നേരിൽ കണ്ട് സംസാരിക്കാനും പറ്റുമെങ്കിൽ മുൻകൂർ ജാമ്യം എടുത്ത് വയ്ക്കാനും വേണ്ടിയാണ് കനിഹ നാട്ടിലേക്ക് വന്നത്. വക്കീലിനെയും കൂട്ടി എത്താമെന്ന് രതീഷ് പറഞ്ഞിടത്ത് അവൾ കാത്ത് നിൽക്കുമ്പോളാണ് ശരൺഅവിടെ എത്തിയതും അവളെ തട്ടിക്കൊണ്ടു വന്നതും.

വക്കീലിന്റെ മുന്നിലെത്തിയാൽ പിന്നെ അവളെ തൊടാൻ പറ്റില്ലെന്ന് ശരണി ന് അറിയാമായിരുന്നു. അത് കൊണ്ട് തന്നെയാണ് തന്നോടൊപ്പം നിൽക്കുമെന്നുറപ്പുള്ള രണ്ട് കോൺസ്റ്റബിൾമാരെ മുൻകൂട്ടി ലീവ് എടുപ്പിച്ച് തന്നോടൊപ്പം കൂട്ടിയത്.

"കനിഹയെ ഊട്ടിയിലെ ഹോസ്പിറ്റലിൽ ആക്കിയ ശേഷം നാട്ടിൽ തിരിച്ചെത്തിയ രതീഷ് നിങ്ങൾക്ക് ഒരുമിച്ച് ജീവിക്കാൻ വേണ്ടി അജിത്തിനെ ഒഴിവാക്കിയതാകാം. അല്ലെങ്കിൽ ആ ദൗത്യം മറ്റാരെയെങ്കിലും കൊണ്ട് നിർവഹിച്ചതുമാകാം. പോസ്റ്റുമോർട്ടം റിപ്പോർട്ടിൽ ആത്മഹത്യ ആണെന്ന് ആണ് പറയുന്നതെങ്കിലും മരിക്കുന്നതിന് മുൻപ് ശരീരത്തിൽ ഒന്ന് രണ്ട് മുറിപ്പാടുകൾ ഉണ്ടായിട്ടുണ്ട്. തീർച്ചയായും ആരോ ഒരാൾ അയ്യാളെ അപകടപ്പെടുത്താൻ ശ്രമിച്ചിരുന്നു. അല്ലെങ്കിൽ നിർബന്ധിച്ച് ആത്മഹത്യ ചെയ്യിപ്പിച്ചതുമാകാം. ആത്മഹത്യ ചെയ്യാനുള്ള ഒരു കാരണവും അജിത്തിന്റെ ജീവിതത്തിൽ ഇല്ലായിരുന്നെന്നും ബിസിനസ്സിൽ മുന്നേറണമെന്ന വാശി മാത്രമാണ് അയ്യാളെ മുന്നോട്ട് നയിച്ചിരുന്നതെന്നും ഏറെക്കുറെ അതിൽ അയാൾ വിജയിക്കുകയും ചെയ്തു എന്നുമാണ് അന്വേഷണത്തിൽ അറിയാൻ സാധിച്ചത്. ഒരു മനഃപ്രയാസവും ഇല്ലാതിരുന്നയാൾ ഒരു സുപ്രഭാതത്തിൽ വെറുതെയങ്ങ് ആത്മഹത്യ ചെയ്യുമോ?"

കനിഹയുടെ ഉത്തരം മുട്ടിക്കുന്ന ചോദ്യമായിരുന്നു അത്. ഒളിപ്പിച്ച് വച്ചിരുന്ന സത്യങ്ങളെല്ലാം എത്ര പെട്ടെന്നാണ് പുറത്ത് വന്നത്. ഒന്നും ഒരിക്കലും ആരും അറിയില്ലെന്നാണ് അവർ കരുതിയത്.

രതീഷിന്റെ ഭാര്യയാണ് അവളെന്ന് കള്ളം പറഞ്ഞാണ് ഊട്ടിയിലെ ബോർഡിങ് സ്കൂളിൽ രതീഷിന്റെ മകളെ ചേർത്തത്. അമ്മയുടെ സ്ഥാനത്ത് തന്നെയാണ് രതീഷിന്റെ മകളും കനിഹയെ കണ്ടത്. അജ്ിത് ആത്മഹത്യ ചെയ്തില്ലായിരുന്നെങ്കിൽ ഒരുപക്ഷേ എല്ലാം അങ്ങനെ തന്നെ തുടരുമായിരുന്നു.

ഒറ്റപ്പെട്ട ജീവിതം. സംസാരിക്കാനോ സ്നേഹിക്കാനോ ആരുമില്ല. ബിസിനസ്സ് തിരക്കുകൾക്കിടയിൽ ഭർത്താവ് മറന്നു പോയ പലതും രതീഷിലൂടെ തിരിച്ച് കിട്ടിയപ്പോൾ അവൾ അറിയാതെ അവനിലേക്ക് അടുക്കുകയായിരുന്നു.

അജിത്തിനോട് പ്രകടിപ്പിക്കാൻ അവസരം കിട്ടാതെ പോയ സ്നേഹവും അജിത്തിൽ നിന്ന് പ്രതീക്ഷിക്കുന്ന വാക്കുകളും എല്ലാം അവൾ രതീഷിൽ നിന്നും തിരിച്ച് പിടിച്ചു. രതീഷിൽ അവൾ തന്റെ ഭർത്താവിനെയാണ് കണ്ടത്.

ഭാര്യ നഷ്ടപ്പെട്ട രതീഷിനും കനിഹ ഒരാശ്വാസമായിരുന്നു. സ്നേഹം കൊതിക്കുന്ന ആ രണ്ട് മനസ്സുകൾ തമ്മിലുള്ള പ്രണയം അത്രമേൽ തീവ്രമായിരുന്നു.

മനസ്സുകൾ കൊണ്ട് സ്നേഹിച്ചവരാണ് അവർ. ശരീരം കൊണ്ട് ഒരിക്കലും അവൾ അജിത്തിനെ വഞ്ചിച്ചിട്ടുമില്ല. അവസാന നിമിഷം വരെയും രതീഷും കനിഹയും തമ്മിലുള്ള ബന്ധത്തെ കുറിച്ച് അജിത് അറിഞ്ഞിട്ടുമില്ല. പിന്നെന്തിനാണ് അജിത് ആത്മഹത്യ ചെയ്തതെന്ന് അജിത്തിനും പിന്നെ ദൈവത്തിനും മാത്രമേ അറിയുള്ളൂ.

"കനിഹ പറഞ്ഞിട്ടാണോ രതീഷ് അങ്ങനെയൊരു സാഹസം ചെയ്തത്, അല്ലെങ്കിൽ ചെയ്യിപ്പിച്ചത്" നിശ്ശബ്ദയായിരിക്കുന്ന കനിഹയോട് ശരൺ തിരക്കി.

കനിഹ മിണ്ടാതിരുന്നപ്പോൾ ശരൺ തുടർന്നു.

"ഒരു തെറ്റും ചെയ്യാത്ത ഒരാൾ വക്കീലിനെ കണ്ട് മുൻകൂർ ജാമ്യം എടുക്കേണ്ട കാര്യമുണ്ടോ. പോലീസിനെ പേടിക്കുന്നത് തെറ്റ് ചെയ്തവരാണ്. അവർക്കറിയാം പത്ത് കള്ളം പറയുമ്പോൾ അതിലൊന്ന് അവർക്കെതിരെയുള്ള ആയുധമായി മാറുമെന്ന്. സത്യത്തിന്റെ അത്രയും ശക്തിയില്ല ഒരു കള്ളത്തിനും" ശരൺ കനിഹയെ പ്രകോപ്പിക്കാൻ നോക്കി.

എനിക്കൊന്നും അറിയില്ല. അജിത്തിന്റെ മരണത്തിൽ തനിക്കൊരു പങ്കുമില്ല. രതീഷിനോട് അടുപ്പം തോന്നി എന്നത് നേരാണ്. പക്ഷേ അജിത്തിനെ ഒഴിവാക്കി മറ്റൊരു ജീവിതം ഒരിക്കലും ഞാൻ ആഗ്രഹിച്ചിട്ടില്ല" അവൾ പറഞ്ഞു.

"ഇതൊക്ക ഞാൻ വിശ്വസിക്കുമായിരുന്നു. തുടക്കം മുതൽ എന്നോട് സത്യം പറഞ്ഞിരുന്നെങ്കിൽ. പക്ഷേ ഒരു കള്ളക്കഥ ഉണ്ടാക്കി കബളിപ്പിക്കാൻ നോക്കിയപ്പോൾ അവിടെ തകർന്നത് വിശ്വാസമാണ്. ഇനി ഞാൻ നിന്നെ വിശ്വസിക്കില്ല. ആലോചിക്കാൻ ഇനിയും സമയമുണ്ട്. നിന്നെ രക്ഷിക്കാൻ ഇവിടെ ആരും വരില്ല. ഭക്ഷണമൊക്കെ കഴിച്ച് ഒന്ന് റിലാക്സ് ആയിട്ട് ഇരിക്കുമ്പോളേക്കും ഞാൻ മടങ്ങി വരാം. നമുക്കിനിയും സംസാരിക്കാനുണ്ട്" ശരൺ ഒരു പുഞ്ചിരിയോടെ അവിടെ നിന്നും എഴുന്നേറ്റ ശേഷം ക്യാമറ ഓഫാക്കാൻ മഹേഷിനോട് ആംഗ്യം കാണിച്ചു.

"നിങ്ങൾ ആഹാരം കഴിച്ചിട്ട് ഇരിക്ക്. അവൾക്ക് കൂടി എടുത്ത് കൊടുക്ക്. ഞാൻ പോയിട്ട് വരാം. ഇവളെ ശ്രദ്ധിച്ചു കൊള്ളണം."

"അത് ഞങ്ങളേറ്റു. സാർ ധൈര്യമായിട്ട് പോയിട്ട് വാ" ശരത് ഉറപ്പ് നൽകി.

ശരൺഅവിടെ നിന്നിറങ്ങി അകലെ ആരും ശ്രദ്ധിക്കാതെ മാറ്റിയിട്ടിരിക്കുന്ന ജീപ്പിനടുത്തേക്ക് പോയി.

ജീപ്പിൽ കയറി ശരൺപോയി കഴിഞ്ഞപ്പോൾ മഹേഷും ശരത്തും ഭക്ഷണം കഴിക്കാനായി മുൻകൂട്ടി വാങ്ങി വച്ചിരുന്ന പൊതിച്ചോർ കൈയിലെടുത്തു.

ശരത് ഒരു പൊതിയുമായി കനിഹയുടെ അടുത്തേയ്ക്ക് ചെന്നു. മേശപ്പുറത്ത് അവൾക്ക് സമീപത്തായി പൊതിച്ചോർ വയ്ച്ചു.

"ഫുഡ് കഴിക്ക് വിലങ്ങു മാറ്റി തരാം"

"എനിക്ക് വേണ്ട" അല്പ്പ ദേഷ്യം കലർന്ന സ്വരത്തിൽ അവൾ തല തിരിച്ചു.

"വലിയ ജാഡ കാണിക്കാതെ വേണമെങ്കിൽ എടുത്ത് കഴിക്ക്"

"എനിക്ക് വേണ്ടെന്നല്ലേ പറഞ്ഞത്" അവളുടെ ശബ്ദത്തിന് ഘനം കൂടി.

"നീയിങ്ങു പോര്, വിശക്കുമ്പോൾ ചോദിച്ചു വാങ്ങിക്കൊള്ളും" മഹേഷ് ശരത്തിനോട് വിളിച്ച് പറഞ്ഞു.

ശരത് പൊതിച്ചോർ മേശപ്പുറത്ത് തന്നെ വയ്ച്ചിട്ട് മഹേഷിനോടൊപ്പം പോയിരുന്ന് ആഹാരം കഴിച്ചു.

"അവൾക്ക് അല്പം അഹങ്കാരം കൂടുതലാ" കഴിക്കുന്നതിനിടയിൽ ശരത് പറഞ്ഞു.

"എല്ലാം കൂടുതലാ" അർത്ഥം വയ്ച്ചെന്നോണം മഹേഷ് പറഞ്ഞു.

ആഹാരം കഴിച്ചു കഴിഞ്ഞ് കൈകഴുകിയ ശേഷം മഹേഷ് മൂത്രം ഒഴിക്കാനെത്തി വീടിനു പിന്നിലുള്ള ടോയിലെറ്റിൽ പോയപ്പോൾ ശരണി ന്റെ കോൾ വന്നു.

കോൾ എടുത്ത് സംസാരിച്ച ശേഷം തിരിച്ച് ശരത്തിന്റെ അടുത്തെത്തിയ മഹേഷ്, ശരൺവരാൻ വൈകും എസ്പി ഓഫീസ് വരെ പോയിരിക്കുകയയാണെന്നു വിളിച്ചു പറഞ്ഞെന്ന വിവരം ശരത്തിനോട് പറഞ്ഞു. കനിഹയെ പ്രത്യേകം ശ്രദ്ധിക്കണമെന്നും ശരൺഓർമ്മിപ്പിച്ചിരുന്നു.

കനിഹയ്ക്ക് കവലിരുന്ന് മടുത്തപ്പോൾ ബോറടി മാറ്റാൻ വേണ്ടി അല്പം മദ്യപിക്കാൻ അവർ തീരുമാനിച്ചു.

"സാർ വരാൻ എന്തായാലും ലേറ്റാകും. ചെറുത് രണ്ടെണ്ണം വിട്ടു കൊണ്ടിരിക്കാം." മഹേഷ് ശരത്തിനോട് പറഞ്ഞു.

"സാർ അറിഞ്ഞാൽ വഴക്ക് പറയുമോ"? ശരത്തിന് ചെറിയ പേടിയുണ്ടായിരുന്നു.

"സാർ നമ്മുടെ വായ്ക്കകത്ത് വന്ന് ഊതാനൊന്നും പോകുന്നില്ലല്ലോ. മാത്രമല്ല നമ്മൾ ഡ്യൂട്ടിയിലുമല്ല."

"അങ്ങനെ പറയാൻ പറ്റില്ല. അനൗദ്യോഗികം ആയിട്ടാണെങ്കിലും നമ്മളിപ്പോലൊരു ഡ്യൂട്ടിയിലാണ്." ഉത്തരവാദിത്തം ഏറെ ഉള്ള ഒരു ജോലി വിശ്വസിച്ച് അവരെ ഏല്പിച്ചിട്ടാണ് ശരൺപോയതെന്ന കാര്യം ശരത് മഹേഷിനെ ഓർമ്മിപ്പിച്ചു.

രണ്ട് പെഗ് മാത്രം കഴിക്കാം എന്ന് പറഞ്ഞ് മഹേഷ് സ്കൂട്ടിയിൽ ഇരിക്കുന്ന മദ്യക്കുപ്പി എടുത്ത് കൊണ്ട് വരാൻ ശരത്തിനെ പറഞ്ഞ് വിട്ടു.

ഇരുവരും ചേർന്ന് ഓരോ പെഗ് ഒഴിച്ച് കുടിച്ചു.

"ഇവള് തന്നെ ആയിരിക്കുമോ അയാളെ കൊന്നത്" അച്ചാർ തൊട്ട് നക്കിക്കൊണ്ട് ശരത് സംശയം ചോദിച്ചു.

"ഇവളാകാനേ തരമുള്ളു. പച്ചക്കള്ളം പറഞ്ഞ് കള്ളകാമുകന്റെ കൊച്ചിന് ആശുപത്രിയിൽ കൂട്ടിരിക്കാൻ പോയവളല്ലേ. അതിനി ശെരിക്കും ഇവളുടെ തന്നെ കൊച്ചാണെങ്കിലോ. അല്ലെന്ന് പറയാനിപ്പോൾ നമ്മുടെ പക്കൽ തെളിവൊന്നും ഇല്ലല്ലോ. രണ്ടും കൂടി നൈസിന് ആ പാവത്തിനെ അങ്ങ് ഒഴിവാക്കിയതാകും. എന്നാലല്ലേ ഇവരുടെ കാര്യങ്ങൾ മുറയ്ക്ക് നടക്കുള്ളൂ."

ഈ സമയം ശരൺ ഡിജിപിയുടെ ഓഫീസിൽ എത്തിയിരുന്നു. കനിഹയെ കാണാൻ ഇല്ല എന്ന പരാതി പൊലീസിന് ലഭിച്ചതിനെത്തുടർന്നാണ് ഡിജിപി ശരണിനെ അങ്ങോട്ട് വിളിപ്പിച്ചത്. ഈ കേസന്വേഷിക്കുന്നത് ശരൺ ആയതുകൊണ്ട് തന്നെ ഡിജെപിക്ക് ശരണിന്റെ സ്വഭാവം നന്നായി അറിയാവുന്നതു കൊണ്ടും അവന് ഇതിൽ പങ്കുണ്ടോ എന്ന് ഡിജെപിക്ക് സംശയമുണ്ടായിരുന്നു. അക്കാര്യത്തെപ്പറ്റി ഡിജെപി അവനോട് ചോദിക്കുകയും ചെയ്തു. എന്നാൽ ശരൺ അത് വിസമ്മതിച്ചു. അവൻ അവളെ കണ്ടിട്ടില്ല എന്നാണ് പറഞ്ഞത്.

ഡിജിപി അത് വിശ്വസിക്കാൻ തയ്യാറായില്ല അതിന് അദ്ദേഹം ഉദാഹരണമായി പറഞ്ഞത്, ഇതിനു മുമ്പുണ്ടായ ഒരു രാഷ്ട്രീയ കൊലപാതകം ആണ്. വിനോജ് എന്ന ചെറുപ്പക്കാരന്റെ കൊലപാതകവുമായി ബന്ധപ്പെട്ട പ്രതിയെന്ന് സംശയിക്കുന്ന പാർട്ടി നേതാവായ സുഭാഷ് ചന്ദ്രൻ അവിചാരിതമായി കൊല്ലപ്പെട്ട സംഭവത്തിന്റെ പ്രധാന സൂത്രധാരൻ ശരൺ ആണ് എന്ന് ഡിജിപിക്ക് ഉറപ്പുണ്ടായിരുന്നു.

തലയ്ക്ക് ശക്തമായി പരിക്കേറ്റാണ് അയാൾ മരണപ്പെട്ടത്. പക്ഷേ അത് സമ്മതിക്കാനും ശരൺ തയ്യാറായില്ല. എന്തായാലും ഇതിന് പിന്നിൽ ശരൺ ആണ് എന്ന് തെളിഞ്ഞാൽ ശരൺ പിന്നെ സർവീസിൽ ഉണ്ടാകില്ല എന്ന് ഡിജെപി മുന്നറിയിപ്പ് നൽകി.

ഓഫീസിൽ നിന്നും പുറത്തേക്കിറങ്ങിയ ശരൺ അന്ന് നടന്ന സംഭവം ഓർത്തു.

രാത്രി ബാറിൽ നിന്നും വീട്ടിലേക്ക് പൊയ്ക്കൊണ്ടിരുന്ന സുഭാഷ് ചന്ദ്രനെ പിന്തുടർന്നെത്തിയ ശരൺ ആളൊഴിഞ്ഞ ഒരിടത്ത് വെച്ച് അയാളെ ആക്രമിക്കുകയായിരുന്നു.

സുഭാഷ് ചന്ദ്രൻ ഓടി രക്ഷപ്പെടാൻ ശ്രമിച്ചു എങ്കിലും ശരൺ വിട്ടുകൊടുത്തില്ല. ഓടിച്ചിട്ട് പിടിച്ചു.പിന്നീട് ഇരുവരും തമ്മിലുണ്ടായ ഒരു പോരാട്ടത്തിനിടയിൽ സുഭാഷ് ചന്ദ്രനെ ശരൺ കയ്യിൽ കിട്ടിയ ഒരു പാറക്കല്ല് കൊണ്ട് തലക്കടിച്ച് കൊലപ്പെടുത്തുകയായിരുന്നു. ആരോ അയാളെ തന്ത്രപൂർവ്വം കൊലപ്പെടുത്തിയെന്ന് വരുത്തിത്തീർക്കുന്ന രീതിയിൽ സാഹചര്യങ്ങൾ സൃഷ്ടിച്ച ശേഷം ശരൺ അവിടെനിന്നും പോവുകയും ചെയ്തു.

ഒരു നെടുവീർപ്പോടെ ഓർമ്മയിൽ നിന്നും തിരിച്ചെത്തിയ ശരൺ വണ്ടിയിൽ കയറി പോയി.

ശരൺ തിരികെ കനിഹയെ ബന്ധിച്ചിരിക്കുന്ന കെട്ടിടത്തിന് മുന്നിൽ എത്തി. മദ്യപിച്ച ശേഷം കോൺസ്റ്റബിൾമാർ പുറത്ത് കിടന്നുറങ്ങുകയായിരുന്നു. ശരൺ അവരെ തട്ടിവിളിച്ചു. പെട്ടെന്ന് അവർ ചാടി എഴുന്നേറ്റു.

"നിങ്ങളിവിടെ കിടന്നുറങ്ങുവാണോ?

ശരൺ അപ്പോൾ തന്നെ കനിഹയെ ബന്ധിച്ചിരുന്ന മുറിയിൽ കയറി നോക്കി. പക്ഷേ അവിടെ കനിഹ ഉണ്ടായിരുന്നില്ല.

"അവളെവിടെ"പുറത്തേയ്ക്ക് നോക്കി ശരൺഉറക്കെ ചോദിച്ചു.

മഹേഷും ശരത്തും അകത്തേയ്ക്ക് കയറി വന്നു. അവിടെ അവൾ ഇല്ല എന്നറിഞ്ഞ കോൺസ്റ്റബിൾസ് ഞെട്ടി തെറിച്ചു.

"ഇവിടെ ഉണ്ടായിരുന്നു സാർ. കഴിക്കാൻ ആഹാരം കൊടുത്തിട്ടാ ഞങ്ങൾ പുറത്തേക്ക് ഇറങ്ങിയത്" മഹേഷ് ഞെട്ടലോടെ ചുറ്റിനും നോക്കി.

"എന്നിട്ട് അവളെവിടെ. നിങ്ങൾ രണ്ടും അവളെ ശ്രദ്ധിക്കാതെ പോയി കിടന്നുറങ്ങി. ആ തക്കത്തിന് അവൾ രക്ഷപ്പെട്ടു കാണും. അവൾ പുറത്ത് കടക്കുന്നത് ഇപ്പോൾ നമുക്കപെത്താണ്. ഇവിടെ എവിടെയെങ്കിലും ഉണ്ടോന്ന് നോക്ക്, വേഗം"

ശരൺ പറഞ്ഞു കഴിഞ്ഞതും കോൺസ്റ്റബിൾസ് രണ്ടാളും ചേർന്ന് പുറത്തേക്കിറങ്ങി പരിസരം എല്ലാം ചുറ്റിക്കറങ്ങി പരിശോധിച്ചു.

ശരണും അവിടെയെല്ലാം അന്വേഷിച്ചു. അവിടെയെങ്ങും അവൾ ഇല്ലെന്ന് ബോധ്യമായി.

"നിങ്ങളെ വിശ്വസിച്ച് ഏല്പിച്ചിട്ട് അല്ലേ ഞാൻ പോയത്. എന്നിട്ട് ഒരു ഉത്തരവാദിത്തം ഇല്ലാത്ത പോലെ കിടന്നുറങ്ങി."

അവരോട് ദേഷ്യപ്പെടുന്നതിനിടയിൽ മദ്യത്തിന്റെ മണം ശരണിന് അനുഭവപ്പെട്ടു.

"നിങ്ങൾ മദ്യപിച്ചിട്ടിട്ടുണ്ടോ?"

അവർ മിണ്ടാതെ തല കുനിച്ചു.

"ചോദിച്ചത് കേട്ടില്ലേ മദ്യപിച്ചിട്ടുണ്ടോന്നു"

ശരൺ ഉച്ചത്തിൽ ചോദിച്ചപ്പോൾ അവർ ഞെട്ടി.

"ഇരുന്ന് മുഷിഞ്ഞപ്പോൾ ഒരൽപ്പം കഴിച്ചു." തെല്ല് ഭയത്തോടെ മഹേഷ് പറഞ്ഞു.

"ഔദ്യോഗികം ആയിട്ടല്ലെങ്കിലും ഉത്തരവാദിത്തം ഉള്ള ഒരു ജോലി ഏല്പിച്ചിട്ടാണ് ഞാൻ പോയത്. അതിനിടയ്ക്ക് മദ്യപിച്ച് കിടന്നുറങ്ങി പ്രതിക്ക് രക്ഷപെടാൻ അവസരവും ഉണ്ടാക്കി കൊടുത്തു."

കോൺസ്റ്റബിൾസ് കുറ്റബോധത്തോടെ നിൽക്കുമ്പോൾ വീടിന് പിന്നിൽ നിന്ന് "അയ്യോ" എന്നൊരു നിലവിളി കേട്ടു.

ശബ്ദം കേട്ട ഭാഗത്തേക്ക് ശരൺ ഓടിച്ചെന്നു. പിന്നാലെ കോൺസ്റ്റിൽമാരും. അവിടെ വിറക് പുരയിൽ നിന്ന് വിജയൻ എന്ന് പേരുള്ള ഒരു കള്ളൻ ഭയന്ന് വിറച്ച് നിൽക്കുന്നത് ശരൺ കണ്ടു.

അടുത്തേക്ക് ചെന്നപ്പോൾ അവിടെ കനിഹയുടെ മൃതദേഹം കിടക്കുന്നത് കണ്ട ശരൺ ഞെട്ടി. കോൺസ്റ്റബിളിൻസും അങ്ങോട്ടെത്തി. കനിഹയുടെ മൃതദേഹം കണ്ട്അവരും അമ്പരന്നു.

പേടിച്ചുപോയ കള്ളൻ അപ്പോൾ തന്നെ സത്യം തുറന്നു പറഞ്ഞു. അയാൾ അവിടെ തേങ്ങാ മോഷ്ടിക്കാൻ വേണ്ടി എത്തിയതാണ്. അപ്പോഴാണ് മൃതദേഹം കിടക്കുന്നത് കണ്ടത്.

ശരൺ കള്ളനെ അവിടെനിന്നും കൂട്ടിക്കൊണ്ടുപോയി റൂമിനകത്ത് കൊണ്ടിരുത്തി. അതിനുശേഷം കോൺസ്റ്റബിൾസിന്റെ അടുത്തേക്ക് ചെന്നു. അവരുടെ മുഖത്ത് എന്തോ പരിഭ്രമം ഉണ്ടായിരുന്നു.

"എന്താ ഉണ്ടായത്" അടുത്തേക്ക് ചെന്ന് ശരൺ ചോദിച്ചു.

അവർ മിണ്ടാതെ നിന്നപ്പോൾ ശരൺ ദേഷ്യപ്പെട്ടു.

"നിന്നോടൊക്കെയാ ചോദിക്കുന്നത് എന്താ സംഭവിച്ചതെന്ന്"

ശരൺ ശദേഷ്യപ്പെട്ടു ചോദിച്ചപ്പോൾ അവർ ഉണ്ടായ കാര്യങ്ങൾ തുറന്നു പറഞ്ഞു.

മദ്യപിക്കുന്നതിനിടയിൽ മഹേഷ് പോക്കറ്റിൽ നിന്നും മൊബൈൽ കൈയിലെടുത്തു. ചോദ്യം ചെയ്യലിനിടയ്ക്ക് ഷൂട്ട് ചെയ്ത കനിഹയുടെ ദൃശ്യങ്ങൾ അയാൾ ആസ്വദിച്ച് നോക്കിക്കണ്ടു. ശരത് അത് ശ്രദ്ധിച്ചു.

"എന്താ കാര്യമായിട്ട് നോക്കുന്നത്"?

മഹേഷ് മൊബൈൽ ശരത്തിന്റെ കൈയിൽ കൊടുത്തു. മഹേഷ് പകർത്തിയ കനിഹയുടെ ശരീര വടിവിന്റെ ദൃശ്യങ്ങൾ കണ്ട് ശരത്തിന്റെ നിയന്ത്രണം വിട്ടു പോയി. ശരത് മൂന്നാമത്തെ പെഗും ഒഴിച്ച് കഴിച്ചു.

"ഇവൾ നല്ലൊരു പീസാണല്ലോ മഹേഷ് സാറേ"

"അത് കൊണ്ടാണല്ലോ മറ്റവൻ അടിച്ചെടുത്തത്" മഹേഷും മൂന്നാമത്തെ പെഗ് അടിച്ചു.

"അവന്റെയൊരു യോഗം" ശരത് ഒരു ദീർഘ നിശ്വാസത്തോടെ സ്വയം സമാധാനിച്ചു.

"മുട്ടിയാൽ ചിലപ്പോൾ നമുക്കും കിട്ടും."മഹേഷ് ഒരു പ്രതീക്ഷാ സ്വരത്തിൽ പറഞ്ഞു.

"കിട്ടും ചെരുപ്പിന് ചെകിടത്. ഇതൊന്നും നമുക്കൊന്നും തടയത്തില്ല സാറേ"

"ആര് പറഞ്ഞു. എന്നാൽ പിന്നെ അതൊന്ന് അറിഞ്ഞിട്ട് തന്നെ ബാക്കി കാര്യം." മഹേഷ് അവിടെ നിന്ന് എഴുന്നേൽക്കാൻ ഒരുങ്ങിയപ്പോൾ ശരത് ശെരിക്കും പേടിച്ചു.

"സാർ സീരിയസായിട്ടാണോ? വെറുതേ പ്രശ്നം ഉണ്ടാക്കാൻ നിക്കല്ലേ സാറേ" പേടി കാരണം ശരത്തിന്റെ കൈ വിറക്കാൻ തുടങ്ങി.

മഹേഷ് ഓരോ പെഗ് കൂടി ഒഴിച്ച് ശരത്തിനും കൊടുത്ത ശേഷം ഒറ്റ വലിക്ക് കുടിച്ചു.

"നീ പേടിക്കണ്ട. നമുക്ക് ഒരു നമ്പറിട്ട് നോക്കാം. പോയാൽ ഒരു വാക്ക്.."

മദ്യം തലയ്ക്ക് പിടിച്ച ശരത്തും മഹേഷിന്റെ കൂടെ അകത്തേയ്ക്ക് കയറി കനിഹ ഇരിക്കുന്ന മുറിയിലെത്തി.

"ഈ കേസിൽ നിന്ന് ഇയ്യാൾക്ക് രക്ഷപെടാൻ പറ്റുമെന്ന് തോന്നുന്നില്ല. അതിനുള്ള വകുപ്പുകളെല്ലാം ശരൺ സാർ ഉണ്ടാക്കി വച്ചിട്ടുണ്ട്. പക്ഷേ ഞങ്ങൾ വിചാരിച്ചാൽ ഈ കേസിൽ നിന്നും നിന്നെ രക്ഷിക്കാൻ കഴിയും. വെറുതേ പറയുന്നതല്ല. ഇയ്യാൾ നിരപരാധിയാണെന്ന് ഞങ്ങൾക്കറിയാം. ഇയ്യാൾ ഞങ്ങളോടൊന്ന് സഹകരിക്കുകയാണെങ്കിൽ തിരിച്ച് ഞങ്ങളുടെ ഭാഗത്തു നിന്നുള്ള സഹായം പ്രതീക്ഷിക്കാം. എന്ത് പറയുന്നു."

കനിഹയുടെ നേർക്ക് നേർ നിന്ന് കൊണ്ട് മഹേഷ് ചോദിച്ചു.

കനിഹ മറുപടി പറഞ്ഞില്ല.

"ശരൺ സാർ വരാൻ ലേറ്റാകും. അത് വരെ നമുക്കൊന്ന് സുഖിക്കാം"

അത് കേട്ടതും ദേഷ്യം വന്ന കനിഹ മഹേഷിന്റെ മുഖത്ത് തുപ്പി. മുഖത്ത് പതിച്ച തുപ്പൽ തുടച്ച ശേഷം ദേഷ്യത്തിൽ മഹേഷ് കനിഹയെ ചവിട്ടി നിലത്തിട്ടു.

"നായിന്റെ മോളെ. പോലീസുകാരന്റെ മുഖത്ത് തുപ്പാറയോ. നിന്നെയിന്ന് ഞാൻ... "

മഹേഷ് അവളെ അവിടെ നിന്നും വലിച്ചെഴുന്നേൽപ്പിക്കാൻ നോക്കിയപ്പോൾ അവൾ കുതറി മാറി. മഹേഷ് അവളുടെ ചെകിടത്ത് ആഞ്ഞടിച്ചു. അടിയുടെ ശക്തിയിൽ അവൾ വീണ്ടും നിലത്തേക്ക് തെറിച്ച് വീണു.

കനിഹയുടെ കൈയിലെ വിലങ്ങ് അഴിച്ച് കൈകൾ മേശയുടെ കാലിൽ വിലങ്ങുപയോഗിച്ച് ബന്ധിക്കാൻ ശരത് മഹേഷിനെ സഹായിച്ചു. കനിഹ ഉറക്കെ നിലവിളിക്കാനൊരുങ്ങിയപ്പോൾ അവളുടെ സാരിയുടെ ഒരറ്റം കീറി വായിൽ തിരുകി വയ്ച്ച ശേഷം ഇരുവരും ചേർന്ന് അവളെ മാനഭംഗപ്പെടുത്തി.

കാര്യം കഴിഞ്ഞ് വിലങ്ങ് അഴിക്കുന്നതിനിടയിൽ ദേഷ്യവും സങ്കടവും സഹിക്കാനാകാതെ കനിഹ മഹേഷിനെ ആക്രമിച്ചു. മഹേഷ് തിരിച്ച് പ്രതികരിക്കുന്നതിനിടയിൽ അബദ്ധത്തിൽ കനിഹയുടെ തല ശക്തിയായി ചുവരിൽ തട്ടി. തത്ക്ഷണം തന്നെ അവൾ കൊല്ലപ്പെടുകയും ചെയ്തു.

മഹേഷും ശരത്തും ഭയന്നു. ശരത് കനിഹയ്ക്ക് ജീവനുണ്ടോ എന്ന് പരിശോധിച്ചു. അവൾ മരിച്ചു എന്ന് ഉറപ്പായപ്പോൾ എന്ത് ചെയ്യണം എന്നറിയാതെ അവർ പകച്ചു.

"ഇനിയെന്ത് ചെയ്യും സാർ, ശരൺസാറിപ്പോൾ വരും. സാറിനോട് നമ്മൾ എന്ത് സമാധാനം പറയും. നമ്മൾ കുടുങ്ങില്ലേ."

"നീ പേടിക്കാതെ നമുക്കൊരു വഴി കണ്ടെത്താം." മഹേഷ് ശരത്തിനെ സമാധാനിപ്പിക്കാൻ ശ്രമിച്ചു.

"എന്ത് വഴി. ഞാനപ്പോഴേ പറഞ്ഞതാ ആവശ്യമില്ലാത്ത കാര്യത്തിന് നിൽക്കണ്ടെന്ന്. ശരൺ സാർ നമ്മളെ വെറുതേ വിടുമെന്ന് തോന്നുന്നുണ്ടോ?"

ശരത് മഹേഷിനെ കുറ്റപ്പെടുത്തി.

"ഇങ്ങനെ സംഭവിക്കുമെന്ന് കരുതി ചെയ്തതല്ലലോ. പറ്റിപ്പോയില്ലേ. ശരൺ സാർ എത്തുന്നതിനു മുൻപ് ഈ ബോഡി ഇവിടെ നിന്ന് മാറ്റണം. നമ്മുടെ കണ്ണ് വെട്ടിച്ച് ഇവൾ രക്ഷപ്പെട്ടെന്ന് സാറിനെ പറഞ്ഞു മനസ്സിലാക്കണം. ബാക്കിയൊക്കെ നമുക്ക് അതിന് ശേഷം പ്ലാൻ ചെയ്യാം."

മഹേഷ് തന്റെ തലയിൽ തോന്നിയ കാര്യം പറഞ്ഞു. തൽക്കാലം രക്ഷപെടാൻ അതേ ഒരു മാർഗ്ഗം ഉള്ളൂ എന്ന് ശരത്തിനും തോന്നി.

ബോഡി തൽക്കാലം ആ പരിസരത്ത് എവിടെയെങ്കിലും ഒളിപ്പിക്കാൻ അവർ തീരുമാനിച്ചു. വീടിന് പിന്നിലുള്ള ഒരു വിറക് പുര അവരുടെ ശ്രദ്ധയിൽപ്പെട്ടു.

ഇരുവരും ചേർന്ന് കനിഹയുടെ ബോഡി ആ വിറക് പുരയിൽ കൊണ്ട് വന്ന് ഇട്ടു. അതിന് ശേഷം കനിഹ കൊല്ലപ്പെട്ട മുറിയിൽ വന്ന് അവിടെ ചുവരിൽ പറ്റിയിരുന്ന രക്തക്കറ നീക്കം ചെയ്തു. മൽപ്പിടുത്തത്തിന്റെ ലക്ഷണങ്ങൾ ഒന്നും തോന്നിക്കാത്തത് പോലെ മുറി വൃത്തിയാക്കി.

മേശപ്പുറത്തിരുന്ന ചോറ് പൊതി മഹേഷ് നിവർത്തി വയ്ച്ചു. അതിന് ശേഷം ഒന്നും അറിയാത്ത പോലെ ഇരുവരും പുറത്ത് വന്ന് കിടന്നു. മദ്യക്കുപ്പിയെല്ലാം അവിടെ നിന്നും മാറ്റിയിട്ടാണ് അവർ ഒന്ന് മയങ്ങാനായി കിടന്നത്. ആ മയക്കവും ഒരു തന്ത്രമായിരുന്നു.

എല്ലാം കേട്ടു കഴിഞ്ഞു ശരൺ ദേഷ്യത്തിൽ പല്ല് ഞെരിച്ചു. അവന്റെ ദേഹത്തു കൂടി തീ കത്തിപ്പടരുന്നത് പോലെ തോന്നി.

ഇനി ആരോടൊക്കെയാണ് ഇതിന് സമാധാനം പറയേണ്ടി വരുന്നത്. എന്തൊക്കെ ഭവിഷ്യത്തുകളാണ് ഉണ്ടാകാൻ പോകുന്നത്. ഇത് പുറം ലോകം അറിഞ്ഞാൽ ആദ്യം നഷ്ടപ്പെടുന്നത് തന്റെ ജോലിയാകും. ഡിജ പി ഇപ്പോൾ മുന്നറിയിപ്പ് നൽകി വിട്ടതേയുള്ളൂ. കൊലപാതകക്കുറ്റത്തിന് താനും ജയിൽശിക്ഷ അനുഭവിക്കേണ്ടി വരും എന്ന് ശരൺ കണക്ക് കൂട്ടി.

"രണ്ടും കൂടി ചേർന്ന് ചെയ്ത് വയ്ച്ചത് എന്താണെന്ന് വല്ല ബോധവുമുണ്ടോ. നിന്നെയൊക്കെ ആരാടാ പോലീസിലെടുത്തത്. ഇനി എന്തൊക്കെയാ ഇതിന്റെ പേരിൽ ഉണ്ടാകാൻ പോകുന്നതെന്ന് വല്ല വിചാരവും ഉണ്ടോ. അല്ലെങ്കിലേ അനൗദ്യോഗികമായിട്ട് പ്രതികളെ കസ്റ്റഡിയിലെടുക്കുന്നതിനു പണിഷ്മെന്റും വാർണിംഗും മാത്രമേ ഉള്ളൂ എനിക്ക്. അതിന്റെ മേലിപ്പോൾ കൊലപാതകവും. നിനക്കൊക്കെ ഇത്രക്ക് മുട്ടി നിൽകുകയായിരുന്നോ"

രണ്ട് പേരെയും ദേഷ്യത്തോടെ ശരൺമാറി മാറി നോക്കി.

"സാർ മദ്യത്തിന്റെ ലഹരിയിൽ പറ്റിപ്പോയതാണ്"

മഹേഷ് പറഞ്ഞത് കേട്ടപ്പോൾ ശരണിന് ദേഷ്യം അടക്കാനായില്ല. എങ്കിലും ശരൺ നിയന്ത്രിച്ചു.

"മദ്യത്തിന്റെ ലഹരിയിൽ, ഒരു പോലീസുകാരന്റെ വാക്കുകൾ, നാലാംകിട കുറ്റവാളിയെക്കാൾ തരംതാണു പോയല്ലോ. നീയൊക്കെ കാരണം അനുഭവിക്കാൻ പോകുന്നത് ഞാനാണ്."

ശരൺ എന്ത് ചെയ്യണം എന്നറിയാതെ നിൽക്കുമ്പോൾ അപ്രതീക്ഷിതമായി ആ വസ്തുവിന്റെ ഉടമസ്ഥനും ശരണിന്റെ ബന്ധുവുമായ മണിയൻ, വസ്തു കാണിക്കാൻ അമ്പിളി എന്നയാളെയും കൂട്ടി കാറിൽ അങ്ങോട്ട് വന്നു. അവരെ കണ്ട ശരൺ ഞെട്ടി. ശരണിന്റെ ഹൃദയമിടിപ്പ് കൂടി.

കാറിൽ നിന്നും ഇറങ്ങി മണിയനും അമ്പിളിയും അങ്ങോട്ട് ചെന്നപ്പോൾ ശരണിനെയും കോൺസ്റ്റബിൾസിനെയും അവിടെ കണ്ടപ്പോൾ മണിയൻ അമ്പരന്നു.

"മോനെന്താ ഇവിടെ"?

"ഇവിടെ തേങ്ങ മോഷണം പോകുന്നെന്ന് അങ്കിൾ പരാതി തന്നിരുന്നില്ലേ. ഞങ്ങളൊന്നു അന്വേഷിച്ച് ഇറങ്ങിയതാ. ഭാഗ്യത്തിന് കൈയോടെ പിടികൂടാൻ പറ്റി."

ശരൺ പെട്ടെന്ന് തലയിൽ ഉദിച്ച ബുദ്ധി പ്രയോഗിച്ചു.

"ആഹാ എന്നിട്ട് ആളെവിടെ?"

"അകത്തിരിപ്പുണ്ട്. നന്നായിട്ടൊന്ന് ചോദ്യം ചെയ്യാനുണ്ട്. ഈ ഭാഗത്തു മൊത്തം അവനെ പറ്റിയുള്ള കംപ്ലൈന്റാണ്."

"ആ വിരുതനെ ഞാനൊന്നു കാണട്ടെ" മണിയൻ വീടിനകത്തേക്ക് കയറി ഒപ്പം ശരണും.

അകത്ത് മുറിയിൽ നിലത്ത് ഇരിക്കുന്ന വിജയൻ അവരെ കണ്ട് ഭയത്തോടെ തല ഉയർത്തി നോക്കി.

"ടാ നീയാണല്ലേ എന്റെ തേങ്ങ മൊത്തം കട്ടത്. ഇത് വരെ കട്ടതിന്റെ നാലിരട്ടി നിന്റെ കൈയിൽ നിന്ന് ഞാൻ വാങ്ങിച്ചെടുക്കും."

" അതൊക്കെ ഞാൻ വാങ്ങി തരാം. അങ്കിൾ ഇങ്ങോട്ട് തന്നെ വന്നതാണോ.?" തെല്ല് സംശയത്തോടെ ശരൺ ചോദിച്ചു.

"ഞാൻ അമ്പിളിയെ സ്ഥലമൊക്കെ ഒന്ന് കാണിക്കാമെന്നു പറഞ്ഞു കൊണ്ട് വന്നതാണ്. എത്രയെന്നും പറഞ്ഞാ ഇങ്ങനെ ഇട്ടിരിക്കുന്നത്. അവനിവിടെ പമ്പോ മറ്റോ തുടങ്ങാനുള്ള പ്ലാനുണ്ട്. മോനൊരു കാര്യം ചെയ്യ്‌   ഇവനെ   കൊണ്ട്   കാര്യങ്ങളൊക്കെ   പറയിപ്പിച്ച് തെളിവെടുപ്പൊക്കെ കഴിയുമ്പോഴേക്കും ഞാൻ അമ്പിളിയെയും കൂട്ടി ബാറിൽ പോയി രണ്ടെണ്ണം പെരുക്കിയിട്ടു വരാം"

അത് കേട്ടാൽപ്പോൾ ശരണിന് ആശ്വാസമായി.

വിജയനെ ഒന്ന് തുറിച്ച് നോക്കിയ ശേഷം ഒരു പുച്ഛരഭാവത്തിൽ മണിയൻ മുറിയിൽ നിന്ന് പുറത്തിറങ്ങി.

"തേങ്ങ വല്ലതും മോഷണം പോയിട്ടുണ്ടോ. അതുകൂടി ഒന്ന് നോക്കിയിട്ട്   പോകാം" മണിയൻ   വിറക്   പുരയിലേയ്ക്ക് പോകാനൊരുങ്ങിയപ്പോൾ ശരണിന്റെ നെഞ്ചൊന്ന് പിടഞ്ഞു.

"ഒന്നും എടുത്തിട്ടില്ല അതിന് മുൻപ് അവനെ ഞങ്ങൾ പിടികൂടി"

"എന്നാലും ഒന്നുറപ്പിച്ചേക്കാം" മണിയൻ പിറകിലേക്ക് പോകാൻ ഒരുങ്ങിയപ്പോൾ അമ്പിളി കൈകാട്ടി വിളിച്ചു.

"മണിയണ്ണോ, അവരവരുടെ ജോലി ചെയ്യട്ടെ നമുക്ക് പോയിട്ട് വരാം."

അത് കേട്ട മണിയൻ തിരിഞ്ഞ് നടന്നു.

"എന്നാൽ ഞാൻ പോയിട്ട് വരാം" മണിയൻ ശരണിനെ നോക്കി പറഞ്ഞു കൊണ്ട് മുന്നോട്ട് നടന്നു.

മണിയനും അമ്പിളിയും പോയി കഴിഞ്ഞപ്പോളാണ് ശരണി ന്റെ നെഞ്ചിടിപ്പ് മാറിയത്. അവരെങ്ങാനും ഇത് കണ്ടിരുന്നെങ്കിൽ ശരണിനെ ഉറപ്പായും തെറ്റിദ്ധരിക്കുമായിരുന്നു എന്ന് അവനറിയാമായിരുന്നു.

"ദൈവഭാഗ്യം കൊണ്ടാ രക്ഷപ്പെട്ടത്. അവർ തിരിച്ച് വരുന്നതിനു മുൻപ് ഇതിനൊരു തീരുമാനമുണ്ടാക്കണം. ഇല്ലെങ്കിൽ നമ്മളെല്ലാവരും കുടുങ്ങും. പരസ്പരം കുറ്റപ്പെടുത്തി നിൽക്കാൻ ഇപ്പോൾ സമയമില്ല. എന്താ ചെയ്യാൻ പറ്റുന്നതെന്നു ആലോചിക്ക്"

കുറച്ചു നേരം ആലോചിച്ച ശേഷം മഹേഷ് ഒരു ഉപായം പറഞ്ഞു.

" നമുക്കിത് ആ കള്ളന്റെ തലയിൽ കെട്ടി വച്ചാലോ? "

"മണ്ടത്തരം പറയാതിരിക്ക്, രണ്ടും കൂടി അവളെ എന്താ ചെയ്തതെന്ന് മറന്നോ. പോസ്റ്റുമോർട്ടം റിപ്പോർട്ട് വരുമ്പോൾ എല്ലാം പൊളിയും. അത് കൊണ്ട് ആരുടെയും തലയിൽ കെട്ടിവയ്ച്ച് കൈയൊഴിയാം എന്നാലോചിക്കണ്ട"

അവരുടെ സംഭാഷണം മറഞ്ഞു നിന്ന് കേട്ട വിജയൻ പേടിച്ച് അവിടെ നിന്നും ഇറങ്ങി ഓടി. അത് കണ്ട ശരൺ ഉറക്കെ വിളിച്ചു.

"ടാ, അവിടെ നിൽക്ക്"

കോൺസ്റ്റബിൾമാരോട് അവനെ പിടിക്കാൻ ശരൺ ആവശ്യപ്പെട്ടു.

കോൺസ്റ്റബിൾസ് വിജയന്റെ പിന്നാലെ ഓടി. ആ പറമ്പിലാകെ ഓടി നടന്ന ശേഷം വിജയൻ മതിൽ ചാടി കടന്നു.

"എന്നെ പെടുത്തല്ലേ സാറേ ഞാനിതാരോടും പറയില്ല" ഉറക്കെ പറഞ്ഞു കൊണ്ട് മതിൽ ചാടിയ വിജയൻ അവിടെ നിന്ന് ശരവേഗത്തിൽ ഓടിപ്പോയി.

ഓടിക്കിതച്ച് നിൽക്കുന്ന കോൺസ്റ്റബിൾമാരുടെ അടുത്തേക്ക് ശരൺ ചെന്നു.

"അവൻ രക്ഷപ്പെട്ടു" കിതക്കുന്നതിനിടയിൽ ശരത് പറഞ്ഞു.

"അവനിത് ആരോടെങ്കിലും പറയുമോ?" മഹേഷ് സംശയം പറഞ്ഞു

"പറയുമെന്ന് തോന്നുന്നില്ല, അവന്റെ പേരിൽ കേസുകൾ ഒത്തിരി ഉള്ളത് കൊണ്ട് അവൻ പറയാൻ മുതിരില്ല. പക്ഷേ ഇനി ഈ ബോഡി ഇവിടെ വയ്ച്ച് കൊണ്ടിരിക്കുന്നത് ആപത്താണ്. ഇനി ഒരിക്കലും

പൊന്തി വരാത്ത ഒരിടത്ത് ഇത് മറവ് ചെയ്യണം. ബോഡി കിട്ടിയാൽ സത്യം വെളിച്ചത്ത് വരും. അതെപ്പോളായാലും എത്ര വർഷം കഴിഞ്ഞായാലും."

ശരൺ പറഞ്ഞതിന്റെ ഗൗരവം അവർക്ക് മനസ്സിലായി.

ബോഡി അവിടെ നിന്ന് പുറത്ത് ഇറക്കാനും മറവ് ചെയ്യാനും അവർക്ക് സാധിക്കില്ലെന്ന കാര്യം ശരണിന് ഉറപ്പായിരുന്നു.

പുറത്ത് നിന്ന് ഒരാളുടെ സഹായം കൂടിയേ തീരുള്ളൂ. ആലോചിച്ച് നോക്കിയപ്പോൾ കനിഹയുടെ കാമുകനായ രതീഷാണ് അതിന് പറ്റിയ ആളെന്ന് ശരണിന് തോന്നി. ഒരു കള്ളം പറഞ്ഞ് രതീഷിനെ അവിടേയ്ക്ക് വിളിപ്പിക്കാൻ ശരൺ തീരുമാനിച്ചു.

അപ്പോൾ തന്നെ ശരൺ രതീഷിനെ മൊബൈലിൽ വിളിച്ച ശേഷം ഒരു അത്യാവശ്യ കാര്യമുണ്ടെന്നും എത്രയും പെട്ടെന്ന് റെയിൽവേ ഗേറ്റിന് സമീപത്തുള്ള റോഡിൽ വരണമെന്നും ഇക്കാര്യം മറ്റാരോടും പറയരുതെന്നും പറഞ്ഞു. അവിടെ എത്തിയിട്ട് വിളിക്കാൻ പറഞ്ഞ ശേഷം കാൾ കട്ടാക്കി.

അതിന് ശേഷം മനസ്സിൽ ചില പദ്ധതികൾ കണക്ക് കൂട്ടി ശരൺ രതീഷിന്റെ വരവിനായി കാത്തിരുന്നു. ഏറെ നേരത്തെ കാത്തിരിപ്പിനു ശേഷം രതീഷിന്റെ കാൾ വന്നു. അവൻ ശരൺ പറഞ്ഞ സ്ഥലത്ത് എത്തിയിട്ടാണ് വിളിച്ചത്. രതീഷിനെ കൂട്ടിക്കൊണ്ട് വരാനായി ശരൺ ശരത്തിനെ പറഞ്ഞു വിട്ടു.

പത്ത് മിനിട്ട് കഴിഞ്ഞപ്പോൾ രതീഷിനെയും കൂട്ടി ശരത് അവിടേയ്ക്ക് വന്നു. രതീഷിന് കാര്യം മനസ്സിലായില്ല. അങ്ങനെ ഒരു സ്ഥലത്ത് തന്നെ വിളിച്ചു വരുത്തിയതിന്റെ ഉദ്ദേശം അറിയാത്തത് കൊണ്ട് അവന് ചെറിയ ഭയവും ഉണ്ടായിരുന്നു.

തന്നെ ഒറ്റയ്ക്ക് ഒരിടത്തേയ്ക്ക് പെട്ടെന്ന് വിളിപ്പിച്ചതിൽ എന്തോ പന്തികേട് തോന്നിയത് കൊണ്ട് രതീഷ് പുറപ്പെടുന്നതിന് മുൻപ് വക്കീൽ ജഗദീഷിനോട് കാര്യം പറഞ്ഞിരുന്നു.

കനിഹയെ കുറച്ച് വിവരമൊന്നും ഇല്ലാത്തത് കൊണ്ട് ജഗദീഷ് രഹസ്യമായി തനിക്ക് പരിചയമുള്ള ഷിബു എന്ന ഒരു ഗുണ്ടയെ ചാരപ്പണിക്ക് അയക്കുകയും ചെയ്തു. അവരെ പിന്തുടർന്ന് അവിടെ എത്തിയ ഷിബു വീടിന് പുറത്തുള്ള മതിൽക്കെട്ടിന് സമീപത്ത് മറഞ്ഞു നിന്ന് എല്ലാം വീക്ഷിക്കാൻ തുടങ്ങി.

ഇതൊന്നും അറിയാതെ ശരൺ രതീഷിനെ അടുത്തേയ്ക്ക് വിളിച്ചു.

"കുറച്ച് ദിവസമായിട്ട് കനിഹയെ കുറിച്ച് ഒരു വിവരവും ഇല്ലായിരുന്നല്ലോ. ഞങ്ങളൊരു മോഷണക്കേസുമായിട്ട് ബന്ധപ്പെട്ട് ഇവിടെ അന്വേഷണത്തിന് വന്നതാണ്."

കാര്യം പറയാതെ ശരൺ രതീഷിനെയും കൂട്ടിക്കൊണ്ട് വിറക് പുരയിലേയ്ക്ക് പോയി. അവിടെ കനിഹയുടെ മൃതദേഹം കണ്ട് രതീഷ് ഞെട്ടി.

"ആരോ കൊലപ്പെടുത്തി ഇവിടെ കൊണ്ട് വന്നിട്ടതാണ്. ഇതിൽ രതീഷിന് എന്തെങ്കിലും പങ്കുണ്ടോ എന്നറിയാൻ വേണ്ടിയാണ് ഇങ്ങോട്ട് വിളിപ്പിച്ചത്."

അപ്രതീക്ഷിതമായി കനിഹയുടെ മൃതദേഹം കണ്ട ഷോക്കിലായിരുന്ന രതീഷിന് ശരണിന്റെ ചോദ്യത്തിനുള്ള മറുപടി നൽകാനുള്ള മാനസികാവസ്ഥ ഉണ്ടായിരുന്നില്ല. അവന്റെ കണ്ണുകൾ നിറയാൻ തുടങ്ങി. അവൻ ഉറക്കെ കരഞ്ഞു . മൃതദേഹത്തിനടുത്തേക്ക് പോകുന്നതിൽ നിന്നും കോൺസ്റ്റബിൾസ് അവനെ തടഞ്ഞു.

"ആരാ ഇത് ചെയ്തത്" ഇടറുന്ന സ്വരത്തോടെ രതീഷ് ചോദിച്ചു.

"അതാണ് ഞങ്ങൾക്കും അറിയേണ്ടത്. ഇത് വരെയുള്ള തെളിവുകളെല്ലാം രതീഷിനെതിരാണ്. ആദ്യം അജിത് കുമാർ ഇപ്പോൾ കനിഹ. ഈ രണ്ട് കൊലപാതകങ്ങൾക്കും പിന്നിലുള്ള ഉദ്ദേശ ശുദ്ധി മനസ്സിലാകുന്നില്ല. പക്ഷേ ഞങ്ങളുടെ അന്വേഷണം എത്തിനിൽക്കുന്നത് രതീഷിലാണ്."

ഒരു കുറ്റവാളിയെ നോക്കുന്ന കണ്ണ് കൊണ്ട് ശരൺ രതീഷിനെ നോക്കി. അതവന് മനസ്സിലാവുകയും ചെയ്തു.

"സാർ എനിക്കിതിൽ ഒരു പങ്കുമില്ല. ഞാനിപ്പൊഴാ കനിഹയെ കാണുന്നത്. അതും ഇങ്ങനെ. എന്താ സംഭവിച്ചതെന്ന് സത്യമായിട്ടും എനിക്കറിയില്ല."

രതീഷ് നിരപരാധി ആണെന്ന് അറിയാവുന്ന ശരൺ അടവുകൾ ഓരോന്നായി പുറത്തെടുത്തു.

"പച്ചക്കള്ളം, അജിത് കുമാറിന്റെ ആത്മഹത്യയ്ക്ക് ശേഷം രതീഷ് കനിഹയെ കാണുകയും ചെയ്തു സംസാരിക്കുകയും ചെയ്തു. രതീഷ് പറഞ്ഞിട്ടാണ് ഇന്ന് കനിഹ നാട്ടിലേയ്ക്ക് വന്നതും. എല്ലാത്തിനും

എന്റെ കൈയിൽ തെളിവുകളുണ്ട്."

അത് കേട്ടപ്പോൾ രതീഷ് ഒന്നും മിണ്ടിയില്ല. ശരൺ രതീഷിന്റെ അടുത്തേയ്ക്ക് ചെന്നു. രതീഷിനെ അവിടെ നിന്നും മാറ്റി നിർത്തി എന്തൊക്കെയോ സംസാരിച്ചു.

കേസിന്റെ പുറകേ നടക്കാൻ അവർക്കും താൽപര്യമില്ലെന്നും പത്തു ലക്ഷം രൂപ തന്ന് എല്ലാം ഒതുക്കാമെന്നും ശരൺ അവനോട് പറഞ്ഞപ്പോൾ രക്ഷപെടാൻ വേണ്ടി രതീഷ് അത് സമ്മതിച്ചു.

കനിഹയുടെ ബോഡി ഇനി ഒരിക്കലും പൊങ്ങിവരാത്ത ഒരിടത്ത് മറവ് ചെയ്യണം. അതിപ്പോൾ മറ്റാരേക്കാളും രതീഷിന്റെ ആവശ്യമാണ്.

അവർ ഒരുമിച്ച് കനിഹയുടെ മൃതദേഹം അവിടെ നിന്നും എടുത്ത് വീടിനുള്ളിലെ മുറിയിലേയ്ക്ക് കൊണ്ട് വയ്ച്ചു.

മതിലിനപ്പുറത്ത് നിന്ന് ചാരപ്പണി ചെയ്യുന്ന ഷിബു ഇത് കാണുണ്ടായിരുന്നു. ഷിബു അപ്പോൾ തന്നെ വക്കീലിനെ വിളിച്ച് കാര്യം പറയാൻ വേണ്ടി മൊബൈലെടുത്ത് കാൾ ചെയ്തതും ചാർജ് കുറവായിരുന്ന ഫോൺ സ്വിച്ച് ഓഫ് ആയി.

"നാശം പിടിക്കാൻ" ദേഷ്യത്തോടെ മൊബൈൽ പോക്കറ്റിലിട്ട ശേഷം ബൈക്കിൽ കയറി വക്കീലിനെ വിവരമറിയിക്കാൻ വേണ്ടി വേഗത്തിൽ പുറപ്പെട്ടു.

ശരണും രതീഷും കോൺസ്റ്റബിൾമാരും ചേർന്ന് മൃതദേഹം മറവ് ചെയ്യാനുള്ള പദ്ധതികൾ ആസൂത്രണം ചെയ്യാൻ ആരംഭിച്ചു. ഇനിയൊരു അന്വേഷണം നടന്നാൽ പോലും ഒരിക്കലും കണ്ടെത്താനാകാത്ത ഒരിടത്ത് വേണം ബോഡി മറവ് ചെയ്യേണ്ടത്. അങ്ങനെ ഒരു സ്ഥലത്തെ കുറിച്ച് ചിന്തിച്ചപ്പോൾ ആദ്യം മനസ്സിൽ വന്നത് അവർ നിൽക്കുന്ന ആ വീട് തന്നെയാണ്. പക്ഷേ ആ വസ്തു വിൽക്കാൻ പോവുകയാണ്. അതുകൊണ്ടു തന്നെ അതാപത്താണ് എന്ന് ശരണിന് അറിയാമായിരുന്നു.

ഒരുപാട് നേരത്തെ കൂടിയാലോചനക്ക് ശേഷം രതീഷ് തനിക്കറിയാവുന്ന ഒരു സ്ഥലത്തെ കുറിച്ച് പറഞ്ഞു. 18 കിലോമീറ്റർ അകലെയാണത്. രതീഷിന്റെ ഒരു ബന്ധുവിന്റെ വസ്തുവാണ്. അവിടെ ഒരു തറവാട് വീടുണ്ട്. ദുർമരണങ്ങൾ നടന്ന സ്ഥലമായത് കൊണ്ട് തന്നെ വർഷങ്ങളായി അതങ്ങനെ തന്നെ കാടുകയറി കിടക്കുകയാണ്.

അത് തന്നെയാണ് ഈ സാഹചര്യത്തിന് ഏറ്റവും ഉചിതമെന്ന് ശരണിനും തോന്നി. പക്ഷേ അത്ര ദൂരം മൃതദേഹവും കൊണ്ട് പോകുന്ന കാര്യം റിസ്ക്കാണ്. ഇരുട്ടുന്നത് വരെ കാക്കാനും പറ്റില്ല. ശരണിന്റെ ബന്ധുവായ മണിയൻ ഏത് നിമിഷവും ഇവിടെയെത്തും. അതിന് മുൻപ് ബോഡി മാറ്റണം.

രതീഷ് തന്റെ സുഹൃത്തായ കിഷോറിനെ ഫോണിൽ വിളിച്ച ശേഷം അവന്റെ പിക്കപ്പ് ആപേയും കൊണ്ട് അങ്ങോട്ട് വരാൻ ആവശ്യപ്പെട്ടു. അതിന് ശേഷം അവർ ഒരുമിച്ച് ആർക്കും സംശയം തോന്നാതിരിക്കത്തക്ക വിധം മൃതദേഹം ഒരു ചാക്കിൽ കെട്ടി വയ്ച്ചു. മറ്റൊരു ചാക്കിൽ വിറക് പുരയിൽ നിന്നും കുറച്ച് തേങ്ങയും എടുത്ത് ഇട്ട് കെട്ടി വയ്ച്ചു.

അല്പ സമയം കഴിഞ്ഞപ്പോൾ കിഷോർ പിക്കപ്പുമായി അവിടെയെത്തി. കിഷോറിനോട് വണ്ടി അത്യാവശ്യമായിട്ട് വേണമെന്നും റെയിൽവേ ഗേറ്റിനടുത്ത് തന്റെ ബൈക്കിരിപ്പുണ്ടെന്നും കോൺസ്റ്റബിൾ ശരത് കിഷോറിനെ അവിടെ എത്തിക്കുമെന്നും രതീഷ് പറഞ്ഞു. ഇക്കാര്യം മറ്റാരും അറിയരുതെന്ന് കൂടി ഓർമ്മപ്പെടുത്തി.

പോലീസുകാരോടൊപ്പം രതീഷിനെ കണ്ടപ്പോൾ കിഷോറിന് എന്തോ പന്തികേട് അനുഭവപ്പെട്ടെങ്കിലും രതീഷ് ആത്മാർത്ഥ സുഹൃത്ത് ആയത് കൊണ്ട് അവനത് കാര്യമാക്കിയില്ല. തന്റെ പിക്കപ്പ് അവരെ ഏൽപ്പിച്ച ശേഷം കിഷോർ ശരത്തിനോടൊപ്പം സ്കൂട്ടിയിൽ കയറി റെയിൽവേ ഗേറ്റിനടുത്തേക്ക് പോയി.

മഹേഷും രതീഷും ചേർന്ന് ചാക്ക് കെട്ടുകൾ പിക്കപ്പിലേയ്ക്ക് എടുത്ത് വയ്ച്ചു. ഇന്ന് ചെക്കിങ് ഉണ്ടാകാൻ സാധ്യതയുള്ള ഭാഗങ്ങൾ ശരൺ രതീഷിന് പറഞ്ഞു കൊടുത്തു.

രതീഷിനോട് സൂക്ഷിച്ച് പോകാൻ ശരൺ പ്രത്യേകം പറഞ്ഞു. രതീഷ് പിക്കപ്പിൽ കയറി ബോഡിയുമായി അവിടെ നിന്നും പോയി.

മൃതദേഹവുമായിട്ട് പേടിയോടെയാണ് അവൻ പോകുന്നത്. അതിലേറെ സങ്കടവും ഉള്ളിലുണ്ട്. തനിക്ക് ഏറ്റവും പ്രിയപ്പെട്ടവളാണ്

ശ്വാസം നിലച്ച് ഒരു പഴംകീറ ചാക്കിനുള്ളിൽ ചുരുണ്ടു കൂടി കിടക്കുന്നത്.

ഇനിയൊരിക്കലും അവളുടെ ശബ്ദം കേൾക്കാൻ കഴിയില്ല, ആ ചിരിയും സ്നേഹവും എല്ലാം ചിതലെടുക്കാൻ പോകുന്നു എന്നോർത്തപ്പോൾ അവന്റെ ചങ്ക് പിടഞ്ഞു. വണ്ടി ഒരിടത്ത് ഒതുക്കി നിർത്തി അവൻ പൊട്ടിക്കരഞ്ഞു.

ഒരു നിമിഷം അവസാനമായി അവളുടെ മുഖം ഒന്ന് കാണാൻ അവൻ ആഗ്രഹിച്ചു. അവിടെയെങ്ങും ആരുമില്ലെന്ന് ഉറപ്പ് വരുത്തി അവൻ ചാക്ക് കെട്ട് അഴിച്ചു. അപ്പോൾ അകലെ നിന്നും രണ്ട് പേർ നടന്നു വരുന്നത് കണ്ട രതീഷ് വേഗം ചാക്ക് പഴയത് പോലെ കെട്ടി വയ്ച്ചു. അപ്പോഴേക്കും അവർ അവിടെ എത്തിക്കഴിഞ്ഞിരുന്നു.

കിഷോറിന്റ് വണ്ടി തിരിച്ചറിഞ്ഞ കൂട്ടത്തിലൊരാളായ ബിജു വണ്ടിക്ക് പിന്നിലേക്ക് നോക്കി.

"ഇത് കിഷോറിന്റെ വണ്ടിയല്ലേ?"

പെട്ടെന്ന് രതീഷ് ഭയന്നു.

"അതെ ഞാൻ കുറച്ച് തേങ്ങ കൊണ്ട് പോകാൻ വാങ്ങിയതാ."

വെപ്രാളത്തോടെ രതീഷ് മറുപടി പറഞ്ഞു.

സംശയത്തോടെ എന്ന പോലെ ബിജു ചാക്ക് കെട്ടിൽ പിടിച്ച് നോക്കി. ഭാഗ്യത്തിന് തേങ്ങ ഉണ്ടായിരുന്ന രണ്ടാമത്തെ ചാക്കിലാണ് ബിജു പിടിച്ചത്.

"തേങ്ങയൊന്നും ഇപ്പോൾ കിട്ടാനേയില്ല. തീപിടിച്ച വിലയല്ലേ. പിന്നെ ശെരി"

"ഓക്കെ"കള്ളി വെളിച്ചത്താകാതെ രക്ഷപ്പെട്ട ആശ്വാസത്തോടെ രതീഷ് വേഗത്തിൽ വണ്ടിയിൽ കയറി മുന്നോട്ട് ഓടിച്ച് പോയി.

കുറച്ച് ദൂരം ചെന്നപ്പോൾ വക്കീൽ ജഗദീഷിന്റെ കോൾ വന്നു. വണ്ടി ഒതുക്കി നിർത്തിയ ശേഷം രതീഷ് കോൾ എടുത്തു.

കനിഹ കൊല്ലപ്പെട്ട വിവരം ഗുണ്ട ഷിബു പറഞ്ഞു അറിഞ്ഞിട്ടാണ് വക്കീൽ രതീഷിനെ വിളിച്ചത്.

കനിഹയുടെ മൃതദേഹം രതീഷിനെ ഉപയോഗിച്ച് മറവു ചെയ്യാൻ പോലീസുകാർ ശ്രമിക്കുന്നെന്ന് മനസ്സിലാക്കിയ ജഗദീഷിന് എന്തൊക്കെയോ സംശയങ്ങൾ തോന്നി. രതീഷിനോട് മൃതദേഹം സിറ്റിയിലെ പ്രധാന ആശുപത്രിയിലേയ്ക്ക് കൊണ്ട് പോകാൻ വക്കീൽ

നിർദേശിച്ചു. ബാക്കി കാര്യങ്ങളെല്ലാം വക്കീൽ ഏർപ്പാട് ചെയ്യാമെന്നും പറഞ്ഞു.

ജഗദീഷ് പറഞ്ഞതനുസരിച്ച് രതീഷ് വാഹനം വിജനമായ ഒരിടത്ത് നിർത്തിയ ശേഷം മൃതദേഹം ചാക്കിൽ നിന്നും പുറത്തെടുത്തു.

കനിഹയുടെ ജീവനറ്റ ശരീരം കണ്ട് പൊട്ടിക്കരയണമെന്നുണ്ടായിരുന്നു. അവൾ സങ്കടം ഉള്ളിലൊതുക്കി ധൈര്യം സംഭരിച്ചു. മൊബൈലിൽ ഉണ്ടായിരുന്ന ഒരു പരിചയക്കാരന്റെ ഓട്ടോ ഡ്രൈവറെ വിളിച്ചു വരുത്തിയ ശേഷം അവൾക്ക് എന്തോ അപകടം പറ്റിയതായും ഉടനേ ആശുപത്രിയിൽ എത്തിക്കണമെന്നും പറഞ്ഞു.

ഓട്ടോയിൽ അവർ ആശുപത്രിയിലേയ്ക്ക് വിട്ടു. ആക്സിഡന്റ് പറ്റിയതാണെന്നാണ് രതീഷ് ആശുപത്രിയിൽ പറഞ്ഞത്. ആശുപത്രിയിൽ എത്തിച്ചപ്പോൾ അവൾ മരിച്ചു കഴിഞ്ഞു എന്ന വിവരം ഡോക്ടർമാർ സ്ഥിതീകരിക്കുകയും ചെയ്തു.

അതേസമയം വക്കീൽ വിവരമറിയിച്ചതിനെ തുടർന്ന് മാധ്യമ പ്രവർത്തകർ ആശുപത്രിക്ക് മുന്നിൽ എത്തിയിരുന്നു. വക്കീൽ പറഞ്ഞതനുസരിച്ച് രതീഷ് തന്നെ കള്ളക്കേസിൽ കുടുക്കാൻ നോക്കിയ പോലീസുകാർക്ക് തിരിച്ച് പണികൊടുക്കാൻ തീരുമാനിച്ചു.

വക്കീലിന്റെ പരിചയക്കാരനായ ഡോക്ടർ സാമുവൽ, കനിഹ ബലാത്സംഗം ചെയ്യപ്പെട്ടിട്ടുണ്ടോ എന്ന് സംശയം പറഞ്ഞതിന്റെ അടിസ്ഥാനത്തിൽ കാര്യങ്ങൾ ഏകദേശം ഊഹിച്ചെടുത്ത രതീഷ് പോലീസുകാർ തന്നെ കരുവാക്കി തടിതപ്പാൻ നോക്കുകയായിരുന്നു എന്ന നിഗമനത്തിലെത്തി. അതുവരെ ഉണ്ടായ കാര്യങ്ങളെല്ലാം മാധ്യമങ്ങളോട് തുറന്ന് പറയാൻ രതീഷ് തീരുമാനിച്ചു.

കനിഹയുടെ മൃതദേഹം ചൂണ്ടിക്കാട്ടി ഉറക്കെ കരഞ്ഞു കൊണ്ട് രതീഷ് മാധ്യമ പ്രവർത്തകർക്ക് മുന്നിലേയ്ക്ക് ചെന്നു.

"നിങ്ങളിത് കണ്ടോ, അവൾ മരിച്ചതല്ല. അവളെ കൊന്നതാണ്. ഒരു സി.ഐ. യും രണ്ട് കോൺസ്റ്റബിൾമാരും ചേർന്ന് അവളെ ബലാത്സംഗം ചെയ്തു കൊന്നിട്ട് നിരപരാധിയായ എന്റെ മേൽ ആ കുറ്റം അടിച്ചേൽപ്പിക്കാൻ ശ്രമിച്ചു. കേസിൽ നിന്ന് ഊരാൻ എന്നോട് പത്ത് ലക്ഷം രൂപ ആവശ്യപ്പെട്ടിട്ട്, ഈ മൃതദേഹം എവിടെയെങ്കിലും കൊണ്ട് പോയി മറവ് ചെയ്യാൻ പറഞ്ഞു. നിരപരാധിയായ ഒരു പാവം

പെൺകുട്ടിയെ കേസന്വേഷണത്തിന്റെ പേരിൽ തട്ടിക്കൊണ്ടു പോയി ക്രൂരമായി കൊലപ്പെടുത്തിയ ആ മൂന്ന് പോലീസുകാരെയും നിയമത്തിനു മുന്നിലെത്തിക്കണം. ഈ മൃതദേഹം പോസ്റ്റുമോർട്ടം ചെയ്യുമ്പോൾ എല്ലാ സത്യങ്ങളും വെളിപ്പെടും"

രതീഷിന്റെ വാക്കുകൾ എല്ലാ ചാനലുകളിലും വാർത്തയായി. സംഭവം ഡി.ജി.പി യും അറിഞ്ഞു. ശരണിനും മറ്റ് രണ്ടു കോൺസ്റ്റബിൾമാർക്കും എതിരെ നടപടിയെടുക്കാൻ അദ്ദേഹം ഉത്തരവിട്ടു.

കേസുമായി ബന്ധപ്പെട്ട് മഹേഷിനെയും ശരത്തിനേയും പോലീസ് കസ്റ്റഡിയിലെടുത്തു. പക്ഷേ ശരണ് ഒളിവിൽ പോയി. അന്വേഷണ ഉദ്യോഗസ്ഥർ ശരണിന് വേണ്ടിയുള്ള ശക്തമായ അന്വേഷണം ആരംഭിക്കുകയും ചെയ്തു.

മൂന്ന് ദിവസങ്ങൾക്ക് ശേഷമുള്ള ഒരു രാത്രി.

ബൈക്കിൽ അതിവേഗത്തിൽ റോഡിലൂടെ പോവുകയാണ് രതീഷ്. പെട്ടെന്ന് ഒരു വാഹനം അവനെ ഇടിച്ച് തെറിപ്പിച്ചു. ബൈക്കിൽ നിന്നും തെറിച്ച് റോഡിൽ വീണ രതീഷിന്റെ തല ഒരു കല്ലിൽ ശക്തിയായി ഇടിക്കുകയും ചെയ്തു. ആരോ മുന്നിലേയ്ക്ക് നടന്നു വരുന്നത് അവ്യക്തമായി കണ്ട രതീഷ് കണ്ണ് തുറക്കാൻ നോക്കി. കൈയിൽ നീട്ടിപ്പിടിച്ച ഒരു ചുറ്റികയുമായി ശരണ് നിൽക്കുന്നത് രതീഷ് മങ്ങലോട് കൂടി കണ്ടു. ശരണ് രതീഷിന്റെ തലയിലേക്ക് ചുറ്റിക ശക്തിയായി അടിച്ചു. രതീഷ് ഒന്ന് പിടഞ്ഞു. തത്ക്ഷണം മരണപ്പെട്ടു.

ശരണ് വാഹനത്തിൽ കയറി അവിടെ നിന്നും പോയി.

തൊട്ടടുത്ത ദിവസം ശരണ് രഹസ്യമായി ഡി.ജി.പി യെ കണ്ടു. അജിത്തിന്റെയും കനിഹയുടെയും കേസിന്റെ മുഴുവൻ റിപ്പോർട്ടും അദ്ദേഹത്തെ ഏൽപ്പിച്ചു.

കനിഹയോടൊപ്പം ഊട്ടിയിൽ പോയ സമയത്ത് അജിത്തിന്റെ മൊബൈലിൽ രതീഷ് കനിഹയുമൊത്തുള്ള കിടപ്പറ രംഗങ്ങളുടെ ഫോട്ടോകൾ അയച്ചു കൊടുത്തിരുന്നു. അത് വൈറലാക്കാതിരിക്കാൻ 20 ലക്ഷം രൂപ ആവശ്യപ്പെടുകയും ചെയ്തു.

കനിഹയോടുള്ള അടുപ്പവും സ്നേഹം നടിക്കലുമെല്ലാം രതീഷിന്റെ ചതിയായിരുന്നു. കനിഹ അവനെ ഒരുപാട് വിശ്വസിച്ചു.

അതേസമയം താൻ ജീവനെപ്പോലെ കാണുന്ന തന്റെ ഭാര്യ അങ്ങനെയൊരു വിശ്വാസ വഞ്ചന ചെയ്തത് അജിത്തിന് സഹിക്കാവുന്നതിനും അപ്പുറത്തായിരുന്നു. ബിസിനസിലെ ചിലർ പ്രശ്നങ്ങൾ കാരണം മനസികപിരിമുറുക്കം അനുഭവിക്കുന്ന സമയത്താണ് ഇങ്ങനെയൊരു ചതി കൂടി അറിയുന്നത്. മനസ്സിനേറ്റ ആഘാതം താങ്ങാനാകാതെ അജിത് ആത്മഹത്യ ചെയ്യുകയായിരുന്നു. ആദ്യ ശ്രമത്തിനിടയിൽ കൈയിൽ ചെറിയ മുറിവ് ഉണ്ടാവുകയും ചെയ്തു.

മരണശേഷം അജിത്തിന്റെ മൊബൈൽ പരിശോധിച്ചപ്പോൾ രതീഷ് അയച്ച ഫോട്ടോകൾ ശരൺ കണ്ടു. അജിത്തിന്റെ മരണത്തിൽ രതീഷിനും ഒരുപക്ഷെ കനിഹയ്ക്കും പങ്കുണ്ടാകും എന്ന് ശരൺ മനസ്സിലാക്കി. രതീഷ് ഒരു സെലിബ്രറ്റി ആയത് കൊണ്ടും നല്ല സ്വാധീനം ഉള്ളത് കൊണ്ടും ശക്തമായ തെളിവുകൾ ഇല്ലാതെ അവനെ അറസ്റ് ചെയ്യാൻ നോക്കിയാൽ അവൻ എളുപ്പത്തിൽ ഊരിപ്പോകും എന്ന് ശരണിന് അറിയാമായിരുന്നു.

സൈബർ സെല്ലിന്റെ സഹായത്തോടെ രതീഷും കനിഹയും തമ്മിലുള്ള കോൺടാക്ട്സ് കണ്ടെത്തുകയും കനിഹയെ തട്ടിക്കൊണ്ടു വന്ന ശേഷം അവൾക്ക് ഇതിൽ പങ്കുണ്ടോ എന്ന് അന്വേഷിച്ച് തെളിവുകൾ ഉണ്ടാക്കാനുമായിരുന്നു ശരണിന്റെ പദ്ധതി.

രണ്ട് കോൺസ്റ്റബിൾമാർ ചേർന്ന് കനിഹയെ ബലാത്സംഗം ചെയ്ത് കൊലപ്പെടുത്തിയപ്പോൾ ശരൺ ആകെ തകർന്നു. ഒരു കുറ്റവാളിപോലും നിയമത്തിനു മുന്നിൽ നിന്നും രക്ഷപ്പെടാൻ പാടില്ലെന്ന് ആഗ്രഹമുള്ളത് കൊണ്ടാണ് പലരെയും രഹസ്യമായി അനൗദ്യോഗികമായി ചോദ്യം ചെയ്യാറുള്ളത്. ശരണിന്റെ കണ്ണിൽ അപ്പോൾ കോൺസ്റ്റബിൾമാർ കൂടി പ്രതികളായിരുന്നു. കനിഹയുടെ മൃതദേഹം എങ്ങനെ എവിടെ മറവ് ചെയ്യാമെന്ന് അവർ കൂടിയാലോചിച്ച സമയത്ത് അജിത്തിന്റെ മരണത്തിന് കാരണക്കാരനായ രതീഷിനോടൊപ്പം കനിഹയെ കൊലപ്പെടുത്തിയ കോൺസ്റ്റബിൾമാരെയും കുടുക്കാൻ ആയിരുന്നു ശരണിന്റെ പദ്ധതി. അങ്ങനെയാണ് രതീഷിനെ അങ്ങോട്ട് വിളിപ്പിച്ചത്.

കോൺസ്റ്റബിൾമാരുടെ അടുത്ത് നിന്നും രതീഷിനെ മാറ്റി നിർത്തി സംസാരിച്ച സമയത്ത് രതീഷ് അജിത്തിന് അയച്ച ഫോട്ടോകൾ ശരൺ

കാണിക്കുകയും ചെയ്തു. താൻ പറയുന്നതനുസരിച്ചില്ലെങ്കിൽ രണ്ട് പേരുടെ മരണത്തിന്റെയും ഉത്തരവാദിത്തം രതീഷിന്റെ മേലാകുമെന്ന് ഭീഷണിപ്പെടുത്തി. അപ്പോളത്തെ മാനസികാവസ്ഥയിൽ രതീഷ് മറ്റൊന്നും ചിന്തിക്കാതെ അത് സമ്മതിക്കുകയും ചെയ്തു. കോൺസ്റ്റബിൾമാർക്ക് സംശയം ഉണ്ടാകാതിരിക്കാൻ പത്തുലക്ഷം രൂപ രതീഷിൽ നിന്നും വാങ്ങിയെടുക്കുമെന്നും ശരൺ കള്ളം പറഞ്ഞു.

കനിഹയുടെ മൃതദേഹവുമായി രതീഷ് പോയപ്പോൾ അടുത്ത പദ്ധതി ആലോചിക്കുകയായിരുന്നു ശരൺ. പക്ഷെ ശരണിന്റെ കണക്ക് കൂട്ടലുകൾ തെറ്റിച്ചു കൊണ്ടായിരുന്നു രതീഷിന്റെ നീക്കം. അത് മറ്റൊരു തരത്തിൽ ശരണിന് സഹായമാവുകയും ചെയ്തു. കോൺസ്റ്റബിൾമാർ അറസ്റ്റിലായി. അവരോടൊപ്പം ശരണിനെയും കുറ്റക്കാരനാക്കി രതീഷ് മാത്രം സുരക്ഷിതനായി. അവന് മാധ്യമങ്ങളുടെ സപ്പോർട്ടും ജനപിന്തുണയും ലഭിച്ചപ്പോൾ ആ മഹാപാപി ഇനി ജീവിച്ചിരിക്കണ്ട എന്ന് ശരൺ വിധിയെഴുതി.

അറിഞ്ഞോ അറിയാതെയോ താൻ കൂടി ഇതിൽ വന്നു പെട്ടതിൽ ശരണിന് വല്ലാത്ത മനോവിഷമം ഉണ്ടായി. സത്യം എന്തായാലും പുറത്ത് വന്നു. രതീഷാണ് അജിത്തിന്റെ മരണത്തിനു കാരണക്കാരാണെന്നും കനിഹയുടെ മരണത്തിൽ ശരണിന് പങ്കില്ലെന്നും തെളിഞ്ഞു.

അനൗദ്യോഗികമായി കനിഹയെ ചോദ്യം ചെയ്തതിന് സസ്പെൻഷനും കോടതിയുടെ ശാസനയും കിട്ടിയിട്ടും ശരൺ മാറാൻ തയ്യാറായില്ല. കാരണം ഒരു കുറ്റവാളിയും രക്ഷപ്പെടാൻ പാടില്ലെന്ന് അവനിപ്പോഴും ആഗ്രഹിക്കുന്നു.

3

നീതി

എല്ലാ ദിവസവും പോലെ തന്നെ ആയിരുന്നു ആ ദിവസത്തിന്റെ ആരംഭവും. രാവിലെ 10 മണിക്ക് പോലീസ് സ്റ്റേഷന് മുന്നിൽ ഒരു ബോംബ് പൊട്ടുന്നത് വരെ പ്രത്യേകിച്ച് മാറ്റം ഒന്നുമുണ്ടായിരുന്നില്ല. പക്ഷെ അപ്രതീക്ഷിതമായി പൊട്ടിയ ബോംബ് പോലീസുകാരെ ഭയപ്പെടുത്തി. ആരായിരിക്കും ആ ബോംബിട്ടത്. എന്തായിരിക്കും അയാളുടെ ഉദ്ദേശം. ചോദ്യങ്ങൾ അവസാനിക്കുന്നില്ല. പക്ഷേ അധികം വൈകാതെ തന്നെ അവർക്കുള്ള ഉത്തരവും കിട്ടി. 11 മണിയോടെ സ്റ്റേഷനിലേക്ക് ഒരു ഫോൺ കോൾ വന്നു. പേര് വെളിപ്പെടുത്താത്ത ഒരു അജ്ഞാതനായിരുന്നു മറുവശത്ത്.

" ഹലോ, സ്റ്റേഷന് മുന്നിൽ ബോംബിട്ടത് ഞാനാണ്. അടുത്ത 12 മണിക്കൂറിനുള്ളിൽ ഈ നഗരത്തിൽ പലയിടത്തും ബോംബ് പൊട്ടും. അത് ചിലപ്പോൾ മന്ത്രിയുടെ വീടാകാം. പോലീസുകാരുടെ വീടാകാം. അത് പൊട്ടിക്കഴിയുമ്പോൾ മാത്രമേ നിങ്ങളറിയൂ."

അയാൾ പറഞ്ഞത് കേട്ട് പോലീസുകാർ ഞെട്ടി. ഫോണെടുത്ത് കേട്ട് കൊണ്ട് നിന്ന എസ്ഐ. അയാൾ ആരാണെന്നറിയാൻ ശ്രമം നടത്തി.

" നിങ്ങളാരാണ്, എന്താണ് നിങ്ങടെ ഉദ്ദേശം? "

" എന്നോട് ചോദ്യങ്ങൾ വേണ്ട. ഞാൻ പറയുന്നത് അങ്ങോട്ട് കേട്ടാൽ മതി. രണ്ട് മണിക്കൂർ ഞാൻ കാക്കും. അതിനുള്ളിൽ ജഡ്ജി സോമസുന്ദരവും സിഐ. ബാബുരാജ് ഉം എംഎൽഎ. ദിവാകരനും എന്റെ മുന്നിൽ വരണം. കോടതിയിലൊന്നും അല്ല, പുറത്ത്.

മാധ്യമങ്ങളുടെ മുന്നിൽ, അവിടെ വെയ്ച്ച് ഞാൻ പറയും നിങ്ങളുടെ ചോദ്യങ്ങളുടെയെല്ലാം മറുപടി."

" ജഡ്ജിയെ ഒക്കെ നിങ്ങൾ പറയുന്നിടത്ത് കൊണ്ട് വരുന്നത് നടക്കുന്ന കാര്യമല്ല. നിങ്ങളീ കാണിക്കുന്നത് ശുദ്ധ മണ്ടത്തരമാണ്. ഇതിന്റെ ഭവിഷത്ത് എന്താണെന്ന് ആലോചിച്ചിട്ട് വേണം നിൽക്കാൻ" എസ്ഐ അജ്ഞാതന് താക്കീത് നൽകി.

അജ്ഞതൻ ഉറക്കെ ചിരിച്ചു.

" പോലീസ് സ്റ്റേഷനിൽ ബോംബിടാമെങ്കിൽ കോടതിയിലോ ജഡ്ജിന്റെ വീട്ടിലോ ബോംബിടുന്നത് ആനക്കാര്യമൊന്നുമല്ല. ഒരു കാര്യം കൂടി ഓർമ്മിപ്പിക്കാം എനിക്ക് പറയാനുള്ള കാര്യങ്ങൾ പറയാൻ അനുവദിക്കാതെ എന്നെ അറസ്റ്റ് ചെയ്യാനാണ് പദ്ധതിയെങ്കിൽ ബോംബുകളുടെയൊന്നും നിയന്ത്രണം എന്റെ കൈയിൽ അല്ല എന്ന് ഓർമ്മപ്പെടുത്തുന്നു. ഒരു മണിക്കൂർ കഴിഞ്ഞ് ഞാൻ വീണ്ടും വിളിക്കും. ഇത് വെറും ഭീക്ഷണിയായി കണ്ട് തള്ളിക്കളഞ്ഞാൽ അതോർത്ത് പിന്നീട് ഒരുപാട് ദുഖിക്കേണ്ടി വരും നിയമപാലകരും നീതിപീഡവും. ഒന്നും നഷ്ടപ്പെടാനില്ലാത്തവന്റെ വാക്കുകളാണിവ. നിങ്ങളുടെ മറുപടിക്കായ് ഞാൻ കാത്തിരിക്കും"

അജ്ഞാതൻ കോൾ കട്ട് ചെയ്തു.

അതൊരു സാധാരണ ഭീഷണിയായി പോലീസുകാർക്ക് തോന്നിയില്ല. അയാളുടെ ശബ്ദത്തിൽ ഒരു ആത്മവിശ്വാസം ഉണ്ടായിരുന്നു. എസ്. ഐ. വിവരം അപ്പോൾ തന്നെ മേലുദ്യോഗസ്ഥരെ അറിയിച്ചു.

ഇലക്ഷൻ അടുത്ത് വരുന്ന സമയസമായത് കൊണ്ട് തന്നെ ഇപ്പോൾ ഒരു പ്രശ്നത്തിന് മുതിരണ്ടെന്ന് ആണ് രാഷ്ട്രീയക്കാരുടെ തീരുമാനം. അജ്ഞാതന് പറയാനുള്ളത് എന്ത് തന്നെയായാലും സമാധാനപരമായി അത് കേട്ടശേഷം ബാക്കി കാര്യങ്ങൾ തീരുമാനിക്കാം എന്ന് പോലീസ് ഉദ്യോഗസ്ഥരും മന്ത്രിമാരും തീരുമാനിച്ചു. കാര്യത്തിന്റെ ഗൗരവം മനസ്സിലാക്കിപ്പിച്ച് ജഡ്ജിയെ കൂടി കൊണ്ട് വരാൻ അവർ തീരുമാനിച്ചു.

പോലീസ് സ്റ്റേഷന് മുന്നിൽ ബോംബിട്ട വിവരം മാധ്യമങ്ങളിൽ വാർത്ത ആയിക്കൊണ്ടിരിക്കുകയാണ്. തെറ്റായ രീതിയിൽ അവർ അത് വളച്ചൊടിക്കും മുൻപ് അജ്ഞാതനുമായി സംസാരിച്ചേ മതിയാകൂ.

ഒരു മണിക്കൂർ കഴിഞ്ഞപ്പോൾ അജ്ഞാതന്റെ കോൾ വന്നു. ജാവഹർ മൈതാനത്തിൽ മാധ്യമ പ്രവർത്തകർ എത്തിയിട്ടുണ്ട് അവിടെക്ക് മൂന്ന് പേരോടും ഉടൻ എത്തണമെന്നും ആ മൂന്ന് പേരല്ലാതെ വേറെ ആരും മൈതാനത്തിൽ പ്രവേശിക്കാൻ പാടില്ലെന്നും അജ്ഞാതൻ മുന്നറിയിപ്പ് നൽകി. പോലീസുകാർക്ക് തിരികെ ഒന്നും പറയാൻ അവസരം കൊടുക്കാതെ അയാൾ കോൾ കട്ട് ചെയ്തു.

45 മിനിറ്റുകൾക്ക് ശേഷം ജവഹർ മൈതാനത്തിൽ ജഡ്ജി സോമസുന്ദരവും സിഐ. ബാബുരാജ്ലും എംഎൽഎ ദിവാകരനും എത്തി. മൈതാനത്തിന് പുറത്ത് പോലീസുകാർ കാവൽ നിന്നു.

മൈതാനത്ത് സജ്ജീകരിച്ചിരുന്ന മേശയുടെ മുന്നിൽ ഉള്ള കസേരകളിൽ അവർ മൂവരും ചെന്നിരുന്നു. സമീപത്തായി മീഡിയയും ഉണ്ട്. എല്ലാവരുടെയും കണ്ണുകൾ ആ അജ്ഞാതനെ തിരയുകയായിരുന്നു.

അകലെ നിന്നും ഒരാൾ നടന്നു വരുന്നത് അവർ കണ്ടു. ക്യാമറകൾ അയാളെ ഫോക്കസ് ചെയ്തു. അയാൾ അവിടേയ്ക്ക് നടന്നെത്തി. മേശയുടെ പിന്നിലുള്ള കസേരയിൽ വന്നിരുന്നു. തന്റെ മുന്നിലിരിക്കുന്ന മൂവരെയും അയാൾ നോക്കി.

" ടാ നിന്റെ ഷോ മതിയാക്കിയിട്ട് മര്യാദക്ക് കീഴടങ്ങിക്കോ. അതാ നിനക്ക് നല്ലത്" സിഐ ദേഷ്യപ്പെട്ടു.

"കീഴടങ്ങാൻ, ഞാൻ നിങ്ങടെ മുന്നിൽ തന്നെ ഉണ്ടല്ലോ സാറേ. നിങ്ങളൊക്കെ ഒരുപാട് ഷോ നടത്തുന്നതല്ലേ. കുറച്ച് സമയം എന്റെ ഷോ കൂടി കാണ്. എന്നെ നിങ്ങൾക്ക് ഓർമ്മയുണ്ടാകില്ല. പക്ഷേ നിങ്ങളെ എനിക്ക് മറക്കാൻ പറ്റില്ല. എന്റെ പേര് വിനയൻ. പതിനേഴു വയസ്സ് മാത്രം പ്രായമുള്ള എന്റെ മകളെ ബാലത്സംഗം ചെയ്ത് കൊലപ്പെടുത്തിയ പ്രതിയുടെ അച്ഛനാണ് എന്റെ മുന്നിലിരിക്കുന്ന എംഎൽഎ. ആ കേസ് അന്വേഷിച്ച സിഐ. ബാബുരാജ്, തെളിവുകൾ ഇല്ലെന്നു പറഞ്ഞ് പ്രതിയെ വെറുതെ വിട്ടുകൊണ്ട് എന്റെ മകൾക്ക് അർഹിക്കുന്ന നീതി കൊടുത്ത ജഡ്ജ്. ഇതായിരുന്നോ അവൾക്ക് കിട്ടേണ്ടിയിരുന്ന നീതി?" വിനയൻ പരിഹാസത്തോടെ ചോദിച്ചു.

" അത് കഴിഞ്ഞ കാര്യമല്ലേ. എംഎൽഎ യുടെ മകൻ കുറ്റക്കാരനല്ലെന്നു കോടതിക്ക് ബോധ്യപ്പെട്ടത് കൊണ്ടല്ലേ അയാളെ വെറുതേ വിട്ടത്" സോമസുന്ദരം വിനയനോട് പറഞ്ഞു.

"നിങ്ങൾക്ക് അത് കഴിഞ്ഞു, എനിക്കിനിയും കഴിഞ്ഞിട്ടില്ല. തെളിവുകൾ.. എന്താണ് സാറേ ഈ തെളിവുകൾ. തെളിവുകൾ ഉണ്ടാക്കുന്നതും നശിപ്പിക്കുന്നതും പോലീസുകാരല്ലേ. ഇവിടെ പണമുള്ളവന് ഒരു നീതി ഇല്ലാത്തവന് മറ്റൊരു നീതി. ആണിനൊരു നീതി പെണ്ണിനൊരു നീതി, കറുത്തവന് ഒരു നീതി വെളുത്തവനൊരു നീതി. ഇതാണോ സാർ നീതി. ഇത് അനീതിയല്ലേ."

അൽപ നേരം ആരും ഒന്നും മിണ്ടിയില്ല. മൂവരും മുഖമുഖം നോക്കി.

"നിങ്ങൾ ഞങ്ങളെ തെറ്റിദ്ധരിച്ചിരിക്കുകയാണ്. കുറ്റം ചെയ്തവർ തീർച്ചയായിട്ടും ശിക്ഷിക്കപ്പെടും. പക്ഷേ നിരപരാധികളെ പിടിച്ച് സിക്ഷിക്കാൻ പറ്റുമോ? അതല്ലല്ലോ നമ്മുടെ നിയമം." ബാബുരാജ് വിനയനെ സമാധാനിപ്പിക്കാൻ നോക്കി.

"നിയമം.. അഞ്ച് വയസായ പിഞ്ച് കുഞ്ഞിനെ പോലും ബാല്യവേശ്യയെന്ന് മുദ്ര കുത്തുന്ന നിയമം. തുടയിടുക്കിലൂടെ ഒഴുകുന്ന രക്തക്കറ ഉണങ്ങും മുൻപേ പിഴച്ചവളെന്ന് മുദ്രകുത്തി അവളെ വീണ്ടും വീണ്ടും പീഡിപ്പിക്കുന്ന വൃത്തികെട്ട നിയമം. എന്റെ ബോംബുകൾ പൊട്ടേണ്ടത് ഈ നിയമ വ്യവസ്ഥകൾക്ക് മുകളിലാണ്. അത് പൊട്ടുക തന്നെ ചെയ്യും. അതിന് മുൻപ് നിങ്ങൾ സമ്മതിക്കണം ഇവിടെയുള്ള നിയമങ്ങളൊക്കെ കള്ളങ്ങളാണെന്ന്. പണമുള്ള ആർക്കും അത് തിരുത്താൻ കഴിയുമെന്ന്. തൂക്കിവാങ്ങാൻ കഴിയുമെന്ന് "

വിനയന്റെ വാക്കുകൾ ചാനലുകളിൽ ലൈവ് ആയി സംപ്രേക്ഷണം ചെയ്ത് കൊണ്ടിരിക്കുകയാണ്. അത് കണ്ട സാധനക്കാരായവർ വിനയനെ അനുകൂലിച്ചു. നൂറുകണക്കിന് ആളുകൾ മൈതാനത്തേക്ക് ഇരമ്പിയെത്തി. പോലീസുകാർ അവരെയെല്ലാം തടഞ്ഞു വയ്ച്ചു. ആൽക്കൂട്ടം ഏതു രീതിയിൽ പ്രതികരിക്കും എന്നറിയാത്തത് കൊണ്ട് കൂടുതൽ ഫോഴ്സിനെ അവിടേയ്ക്ക് ഇറക്കുകയും ചെയ്തു.

വിനയന്റെ ചോദ്യങ്ങൾക്ക് ഉത്തരം നൽകാൻ ജഡ്ജിക്കും ബാബുരാജിനും കഴിഞ്ഞില്ല.

" മദ്യത്തിന് വില കൂടുന്നു, പെട്രോളിനും ഡീസലിനും വിലകൂടുന്നു, പച്ചക്കറിക്കും കുടിക്കുന്ന പച്ചവെള്ളത്തിനും വിലകൂടുന്നു. എന്നിട്ടും ഇവിടെയാരും പ്രതികരിക്കുന്നില്ല. കാരണം ഇത് ഇന്ത്യയാണ്. ഇവിടെ ഇത് നടക്കും. ഇതിനപ്പുറവും നടക്കും. ആരും ചോദിക്കില്ല."

അത് കേട്ടപ്പോൾ സി ഐ ക്ക് ദേഷ്യം ഇരട്ടിച്ചു.

" ശെരിക്കും തന്റെ പ്രശ്നമെന്താ. ഇതൊക്കെ ചോദിക്കാൻ താനാരാ? "

" പ്രതിനിധി.. കാലാകാലമായി മാറിവരുന്ന ഭരണ കർത്താക്കൾ ഭരിച്ച് മുടിച്ച് നാമാവശേഷമാക്കി കാൽക്കീഴിലിട്ട് ഉറുമ്പുകളെ പോലെ ചവിട്ടി മെതിച്ചിട്ടും, പ്രതികരിക്കാൻ കഴിയാതെ പോയ ഒരു കൂട്ടം ജനങ്ങളുടെ പ്രതിനിധി..ഞാനിവിടെ നിങ്ങളെ വിളിച്ച് വരുത്തിയത് എന്റെ മകൾക്ക് വേണ്ടി സംസാരിക്കാനല്ല. അവൾക്ക് നിഷേധിക്കപ്പെട്ട നീതി ഇനിയൊരിക്കലും കിട്ടാൻ പോകുന്നില്ലെന്നും എനിക്കറിയാം. പക്ഷേ പുറത്ത് നീതി തേടി ഒരുകൂട്ടം പാവങ്ങളുണ്ട്. പണമില്ലാത്തതിന്റെ പേരിൽ നീതി നിഷേധിക്കപ്പെടുന്നവർ. ഇവിടെ രാഷ്ട്രീയക്കാർക്ക് വോട്ടിടാനും മുദ്രാവാക്യം വിളിക്കാനും സാധാരണക്കാർ വേണം. ചാകാൻ കിടക്കുന്ന വൃദ്ധയെ പോലും പൊക്കിയെടുത്തു കൊണ്ട് ചെല്ലും ഒരോട്ടിനു വേണ്ടി. അതേ സാധാരണക്കാർ പിന്നെ അഞ്ച് വർഷം അവർ ചെയ്ത് പോയ ആ മഹാപാപത്തിന്റെ ശിക്ഷ ഏറ്റു വാങ്ങി ജീവിക്കണം. അതാണ് വിധി. ഇവിടുത്തെ ഓരോ സാധാരണക്കാരന്റെയും വിയർപ്പാണ് സാറേ നിങ്ങളെ പോലുള്ള സർക്കാരുദ്യോഗസ്ഥർ കൈനീട്ടി വാങ്ങുന്ന ശമ്പളവും കിമ്പളവും. അതും വാങ്ങി കീശയിലിട്ട് അവർക്ക് നീതി നിഷേധിക്കുന്ന നിയമങ്ങളാണ് ഇവിടെയുള്ളത്. എന്തിനാണ് സാർ ഇവിടെയൊരു നീതിപീഠം. പോലീസുകാർ തന്നെ വിധിയെഴുതുമ്പോൾ എന്തിനാണ് ഇവിടെ കോടതികൾ. "

ഈ സമയം ബാബുരാജിന്റെ ഫോണിൽ ഒരു കോൾ വന്നു. അയാൾ ഫോണെടുത്ത് നോക്കിയ ശേഷം കോൾ കട്ട് ചെയ്തു. എന്നിട്ട് ആ നമ്പറിലേക്ക് എന്തോ സന്ദേശം അയച്ചു. വിനയൻ അത്

ശ്രദ്ധിക്കുകയും ചെയ്തു.

"ഞാനാരാണെന്ന് മനസ്സിലാക്കിയ സ്ഥിതിക്ക് ബോംബ് കണ്ടെത്താൻ വീട്ടിൽ പോയി എന്റെ ഭാര്യയെ അറസ്റ്റ് ചെയ്യാമെന്ന് സാറൻമാർ ഇപ്പോൾ വിചാരിക്കുന്നുണ്ടാകും. വീട്ടിലിപ്പോൾ ഒരു നായ മാത്രമമേ ഉണ്ടാകൂ. വേണമെങ്കിൽ നിങ്ങൾക്ക് അതിനെ അറസ്റ്റ് ചെയ്യാം. പക്ഷേ അവൻ പ്രതികരിക്കും..."

വിനയൻ കൈയിൽ കരുതിയിരുന്ന പൊതിച്ചോറ് കഴിക്കാനായി എടുത്തു.

"ഷുഗർ ഉള്ളതാണേ, സമയത്ത് കഴിച്ചില്ലെങ്കിൽ പ്രശ്നമാകും."

വിനയൻ പൊതി നിവർത്തി. അവരുടെ മുന്നിലിരുന്ന് കഴിക്കാൻ തുടങ്ങി.

" നമുക്ക് സംസാരിക്കാം. എനിക്കറിയാം നിങ്ങൾക്ക് വിശക്കുന്നുണ്ടാകും. ഭക്ഷണം കണ്ടാൽ ആർക്കായാലും വിശക്കും. പക്ഷേ സാറൻമാർ കുറച്ച് സമയം വിശപ്പൊന്ന് സഹിക്ക്. പട്ടിണി കിടക്കുന്നവന്റെ ബുദ്ധിമുട്ടിനെ കുറിച്ച് വല്ലപ്പോഴോ ഒക്കെ അറിഞ്ഞിരിക്കുന്നത് നല്ലതാണ്. നിരാഹാര സമരങ്ങൾ നടത്തി കാര്യം സാധിച്ചിട്ടുള്ള ദിവാകരൻ സാറിനെ പോലുള്ളവരുടെ മുന്നിലൊക്കെ വന്ന് വിശപ്പിനെ കുറിച്ച് പറഞ്ഞിട്ട് കാര്യമുണ്ടോ അല്ലേ സാറേ. "

അത് കേട്ട് ദിവാകരൻ ദേഷ്യം വന്നിട്ട് പല്ല് ഞെരിച്ചു. ഒന്നും ചെയ്യാൻ പറ്റാത്ത അവസ്ഥയിൽ ആയത് കൊണ്ട് കേട്ടു കൊണ്ടിരിക്കുകയേ നിവർത്തിയുള്ളൂ.

അവരെ മുന്നിലിരുത്തി ആഹാരം കഴിക്കുന്നതിടയക്ക് വിനയൻ ഓരോരുത്തരെയായി മാറി മാറി നോക്കുന്നുണ്ടായിരുന്നു.

" ഇതു പോലെയാണ് നിങ്ങളും സാധാരണക്കാരോട് ചെയ്യുന്നത്. എല്ലാം മുന്നിലുണ്ട്, എന്നാൽ എടുക്കാൻ പറ്റില്ല. എല്ലാത്തിന്റെയും അവകാശികൾ നിങ്ങളാണല്ലോ. ഇവിടെ നിരോധിക്കപ്പെട്ടതെല്ലാം കിട്ടും. നാലിരട്ടി വിലകൊടുത്ത് അത് വാങ്ങേണ്ടി വരുമെന്ന് മാത്രം. അത് തടയാൻ പോലീസിന് സാധിക്കുന്നില്ല. കഞ്ചാവിനും മയക്കുമരുന്നിനും അടിമപ്പെട്ട് മാതാപിതാക്കളെ വരെ വെട്ടിക്കൊല്ലുന്ന മക്കൾ, അവരെ സൃഷ്ടിക്കുന്നതും നിങ്ങൾ പോലീസുകാരുടെ കഴിവില്ലായ്മയാണ്. എന്ത് സുരക്ഷയാണ് ജനങ്ങളുടെ ജീവനും സ്വത്തിനും നിങ്ങൾ കൊടുക്കുന്നത്. പോലീസിൽ നിന്ന്

സുരക്ഷിതരാകേണ്ട അവസ്ഥയാണിവിടെ ഉള്ളത്."

ഭക്ഷണം മണ്ഡയിൽ കയറി വിനയൻ ചുമച്ചു. ഒരു മീഡിയാക്കാരൻ പയ്യൻ വിനയന് കുടിക്കാൻ വെള്ളം കൊടുത്തു. വിനയൻ വെള്ളം കുടിച്ച ശേഷം ഭക്ഷണപ്പൊതി മടക്കി. എഴുന്നേറ്റ് കൈ കഴുകിയ ശേഷം കസേരയിൽ ഇരുന്നു. അയാൾ ഒന്ന് ഞെളിഞ്ഞിരുന്നു.

" ഈ കസേരയിൽ ഇരിക്കുമ്പോൾ എനിക്ക് സ്വയം രാജാവാണെന്ന് തോന്നുന്നു. ചില കസേരകൾ അങ്ങനെയാണല്ലേ. അതിലിരുന്നാൽ പിന്നെ അജ്ഞാപിക്കാനും അനുസരിപ്പിക്കാനും ഉള്ള അധികാരം കിട്ടിയ പോലെയാണ്."

വിനയൻ കീശയിൽ നിന്ന് മൊബൈൽ ഫോൺ കൈയിലെടുത്തു.

" കഴിഞ്ഞ ദിവസം സോഷ്യൽ മീഡിയയയിൽ ഒരു സ്ത്രീ പങ്കിട്ട വീഡിയോ ആണ്. "

വിനയൻ വീഡിയോ പ്ലേ ചെയ്തു. ഒരു സ്ത്രീ അവർക്ക് നേരിട്ട അനുഭവം തുറന്ന് പറയുന്ന വീഡിയോ ആണത്.

" കഴിഞ്ഞ ദിവസം ഒരു ലോണിന് വേണ്ടി ഞാൻ ബാങ്കിൽ പോയിരുന്നു. സംസാരിച്ച് കഴിഞ്ഞ് ലോണിന്റെ കാര്യം വിളിച്ചറിയിക്കാം എന്ന് പറഞ്ഞ് മാനേജർ എന്റെ നമ്പർ വാങ്ങി. രാത്രി അയാൾ എന്റെ മൊബൈലിലേയ്ക്ക് മെസ്സേജ് അയച്ചു. ലോൺ ശരിയാക്കി താരം. പ്രത്യുപകാരമായി ഞാൻ അയാളോടൊപ്പം കിടക്ക പങ്കിടണമെന്ന്. ഒരു ലോൺ കിട്ടാൻ വേണ്ടി ഞാൻ അയാളുടെ മുന്നിൽ തുണി ഉരിയാണോ? "

വീഡിയോ വിനയൻ സ്റ്റോപ്പ് ചെയ്തു.

"ഇതിന്റെ ഉത്തരം നിങ്ങൾ എനിക്ക് പറഞ്ഞ് തരണം. ലോൺ കിട്ടാൻ ആരുടെയൊക്കെ മുന്നിൽ ഒരു സ്ത്രീ തുണി ഉരിയണം. പറ.. "

അവർ നിശബ്ദരായി ഇരുന്നു. കാരണം ഇത് ആദ്യ സംഭവമല്ല.

"നിങ്ങൾക്ക് ഒന്നിനും ഉത്തരമുണ്ടാകില്ല. ബാങ്കിൽ, സർക്കാർ ഓഫിസുകളിൽ എന്തിന് പോലീസ് സ്റ്റേഷനിൽ പോലും സ്ത്രീകളോട് അപമാര്യാദയായി പെരുമാറുകയും കാര്യസാധ്യത്തിന് നിർബന്ധിക്കുകയും ചെയ്യുന്നവരുണ്ട്. പാവപ്പെട്ടവരുടെ ബലഹീനതയെ മുതലെടുക്കുന്ന അധികാര കസേരകൾ. അതിലിരുന്നാൽ പിന്നെ ആരോടും എന്തുമാകാം. പ്രതികരിച്ചു പോയാൽ നഷ്ടം അവർക്ക് മാത്രം. ഇതെന്ത് രാജ്യമാണ് സാർ. എറ്റവും

മഹത്തായ ഭരണഘടനയുള്ള രാജ്യമെന്ന് അവകാശപ്പെടുമ്പോഴും ഇവിടെ ഭരിക്കുന്നവരാണല്ലോ സാർ നിയമങ്ങളുണ്ടാക്കുന്നത്. അധികാരികൾ എന്ത് ചെയ്താലും ഇവിടെ ചോദിക്കാൻ ആരുമില്ല. എന്റെ മകളെ ഒരുത്തൻ പിച്ചിച്ചീന്തി കൊന്നപ്പോൾ ആ ശവത്തെ വരെ വിറ്റ് കാശാക്കിയ മാധ്യമങ്ങളാണ് ഇവിടെയുള്ളത്. റേറ്റിങ് കൂട്ടാണെങ്കിലും അതൊരു വാർത്തയാക്കിയ മാധ്യമങ്ങളുടെ വാ അടിപ്പിക്കാൻ അധികാരികൾക്ക് സാധിച്ചു. അവിടെയും പണത്തിന്റെ പവർ. ഇത്രയേ ഉള്ളൂ മാധ്യമ ധർമ്മം."

വിനയൻ പറഞ്ഞത് കേട്ട് മീഡിയാക്കാർ തലതാഴ്ത്തി.

"മിസ്റ്റർ വിനയൻ, താങ്കളൊരു കാര്യം മനസ്സിലാക്കണം. കോടതിക്ക് പാവപ്പെട്ടവനെന്നോ പാണക്കാരനെന്നോ ഇല്ല. എല്ലാവർക്കും തുല്യ നീതിയാണ് ഉള്ളത്. പക്ഷേ ഏത് കേസായാലും കോടതിക്ക് വേണ്ടത് തെളിവുകളാണ്. തെളിവില്ലെങ്കിൽ കേസ് ചിലപ്പോൾ തള്ളിപ്പോകും. അതിന് വെറുതെ നിയമ വ്യവസ്ഥയെ കുറ്റം പറഞ്ഞിട്ട് കാര്യമില്ല" സോമസുന്ദരം വിനയനോട് പറഞ്ഞു.

" പണം വാങ്ങി പോസ്റ്റുമോർട്ടം റിപ്പോർട്ടുകൾ വരെ തിരുത്തുന്ന ഡോക്ടർമാരും അതിന് കൂട്ട് നിൽക്കുന്ന പോലീസുകാരും ഉള്ളപ്പോൾ തെളിവുകൾ എങ്ങനെയുണ്ടാകും. ഒരാളെ ചൂണ്ടിക്കാട്ടി അവനെന്നെ പീഡിപ്പിച്ചു എന്നൊരു പെണ്ണ് പറഞ്ഞാൽ അവൻ ഉറപ്പായും അത് ചെയ്തിട്ടുണ്ടാകും. അങ്ങനെയുള്ളവരെ വിചാരണ കൂടാതെ ശിക്ഷിക്കാനുള്ള നിയമം ഇവിടെ എന്നുണ്ടാകുന്നോ അന്ന് ഞാൻ ഈ നീതിപീഠത്തിൽ വിശ്വസിക്കാം. എന്റെ മകളുടെ കൊലപാതകിയെ നിരപരാധിയെന്ന് വിധിയെഴുതി വെറുതേ വിടുമ്പോളും അങ്ങേക്കറിയാമായിരുന്നു. അവൻ കുറ്റം ചെയ്തിട്ടുണ്ടെന്ന്. എന്നിട്ടും തെളിവില്ലെന്ന് പറഞ്ഞ് വെറുതേ വിടേണ്ട ഗതികേട് അങ്ങേക്കുണ്ടായി. ഒരാൾ കുറ്റക്കാരനാണെന്ന് സ്വയം മനസ്സിലാക്കി കഴിഞ്ഞാൽ അയാളെ ശിക്ഷിക്കാനുള്ള അധികാരമില്ലെങ്കിൽ അങ്ങയെ എങ്ങനെ ന്യായാധിപൻ എന്ന് വിളിക്കും. മൂന്നും നാലും വയസ്സുള്ള പിഞ്ച് കുഞ്ഞുങ്ങളെ പോലും കാമ വെറിയോടെ പിച്ചിച്ചീന്തുന്ന കഴുകന്മാരുടെ വാർത്തകൾ ദിനംപ്രതി കേട്ടുകൊണ്ടിരിക്കുകയാണ്.

അവനെയൊക്കെ പോലെ ഉള്ളവരെ തല്ലിക്കൊല്ലാനുള്ള അധികാരം ഇന്നാട്ടിലെ ജനങ്ങൾക്ക് വിട്ടുകൊടുക്കുന്ന നിയമം വരണം. ഭയക്കണം.. ജനങ്ങളെ ഭയക്കണം.. അവരാണ് സാർ യഥാർത്ഥ നിയമപാലകർ. നിങ്ങളൊക്കെ കൽപ്പിക്കുന്നത് അതേപടി അനുസരിക്കാൻ വിധികപ്പെട്ടവർ. ഇവിടെയുള്ള ഓരോ അധികാരങ്ങളും അവർ തരുന്നതല്ലേ. ജനാധിപ്രത്യ വ്യവസ്ഥയിൽ എന്ത് ആധിപത്യമാണ് ജനങ്ങൾക്കുള്ളത്. അവരുടെ വോട്ട് വാങ്ങി ജയിച്ച് അധികാര കസേരയിൽ ഇരുന്നിട്ട് അവർക്കുമേൽ ആധിപത്യം സ്ഥാപിക്കുന്ന ഭരണവർഗ്ഗത്തോട് വെറുപ്പാണ്... "

ബിജുജുരാജ്ഉം സോമസുന്ദരവും മുഖാമുഖം നോക്കി.

" ഇയാൾക്ക് ഇപ്പോൾ എന്താണ് വേണ്ടതെന്നു ചോദിച്ചിട്ട് അത് ചെയ്ത് കൊടുത്തിട്ട് ബോംബ് എവിടെയാണ് ഇരിക്കുന്നത് വയ്ച്ചാൽ അതെടുപ്പിക്കാൻ നോക്കൂ. അല്ലാണ്ട് മീഡിയയുടെ മുന്നിൽ ഇങ്ങനെ വായിൽ തോന്നിയത് പ്രസംഗിക്കാൻ വിടരുത്" ദിവാകരൻ ബാബുരാജിനോട് പറഞ്ഞു.

" നമുക്ക് ഇതിനെ പറ്റി വിശദമായിട്ട് ഇരുന്ന് പിന്നീട് സംസാരിക്കാം. ഇപ്പോൾ ആളുകൾ പരിഭ്രാന്തരായിട്ടുണ്ടാകും. ആ ബോംബുകൾ എവിടെയാണെന്ന് പറഞ്ഞാൽ എത്രയും പെട്ടെന്ന് അതവിടെ നിന്ന് നീക്കം ചെയ്യാം" ബാബുരാജ് വിനയനോട് താഴ്മയായി പറഞ്ഞു.

"പേടിയുണ്ടല്ലേ.. ഒന്നും നഷ്ടപ്പെടാനില്ലാത്തവൻ പ്രതികരിച്ചാൽ ഏതു ഭരണാധികാരിയും എത്രവലിയ കൊലകൊമ്പനും പേടിക്കും എന്ന് ഇപ്പോൾ മനസ്സിലായില്ലേ. ഇത് ഞാനൊരാളുടെ പ്രതികരണം, ഇതുപോലെ പത്തുപേർ, നൂറുപേർ, ആയിരങ്ങൾ, പതിനായിരങ്ങൾ, ലക്ഷങ്ങൾ ഈ രാജ്യത്തെ കോടിക്കണക്കിനു ജനങ്ങൾ പ്രതികരിച്ചാൽ അവരെ തടയാൻ നിങ്ങൾക്കാകില്ല. എനിക്കൊരു അപേക്ഷയേ ഉള്ളൂ സാർ, ഒരു കക്കൂസിന് വേണ്ടി പോലും കൈക്കൂലി കൊടുക്കേണ്ടി വരുന്ന പാവങ്ങളുണ്ട്. കൊടുക്കാൻ കാശില്ലെങ്കിൽ സർക്കാർ ഓഫിസുകളിൽ കയറിയിറങ്ങി ഒടുവിൽ ഗതികെട്ട് അത് വേണ്ടെന്ന് വയ്ക്കുന്ന പട്ടിണി പാവങ്ങൾ. ആരോടെങ്കിലും അല്പ ദയ കാണിക്കണം. ഈ രാജ്യത്തെ അഴിമതികളെങ്കിലും തെളിവുകൾ ഇല്ലെന്ന് പറഞ്ഞ് അവഗണിക്കരുത്. നാളെ തെരുവ് നായ്ക്കളെ

പോലെ മനുഷ്യർ പട്ടിണി കിടന്ന് മരിക്കേണ്ട അവസ്ഥ ഉണ്ടാക്കരുത്."

തന്റെ മുന്നിൽ നിശബ്ദരായി ഇരിക്കുന്ന മൂന്ന് പേരെയും വിനയൻ മാറി മാറി നോക്കി. അവരുടെ തെറ്റുകൾ അവർക്ക് അറിയാം. അതുകൊണ്ടു തന്നെ അവർക്ക് അതിന് മറുപടി പറയാനാകില്ല.

"തങ്ങളെ സംരക്ഷിക്കുമെന്ന സാധാരണക്കാരാക്കാരന്റെ പ്രതീക്ഷയാണ് പോലീസുകാർ, തങ്ങൾക്ക് നീതി കിട്ടുമെന്നുള്ള വിശ്വാസമാണ് കോടതികൾ, തങ്ങൾക്ക് നല്ലത് മാത്രം ചെയ്യുമെന്നുള്ള ആശ്വാസമാണ് ഭരണകർത്താക്കൾ. അവരുടെ പ്രതിനിധി ആയിട്ടാണ് ഞാൻ നിങ്ങളെ ഇവിടെക്ക് വിളിപ്പിച്ചത്. നിങ്ങളെ ജനം കാണുന്നുണ്ട്. അവരോട് നിങ്ങൾക്ക് ഒന്നും പറയാനില്ല അല്ലേ. ഒരാശ്വാസ വാക്ക് പോലും. ഈ നാട് എന്ന് നന്നാകും എന്നെങ്കിലും.. എന്റെ മകൾക്ക് നീതി കിട്ടിയില്ല. അവളെ പോലെ നീതി കിട്ടാത്ത പതിനായിരങ്ങളുണ്ട്. അവർ പ്രതികരിക്കും. അവരെക്കാൾ വലിയ അധികാരം ഇവിടെ ആർക്കുമില്ല. ഭരിക്കുന്നവരുടെ ഇഷ്ടത്തിനൊത്ത് ജനങ്ങൾ മാറാതെ, ജനങ്ങളുടെ ഇഷ്ടത്തിനൊത്ത് ഭരിക്കുന്നവർ മാറുന്ന കാലം വരും. അതുവരെ ഞാനെന്റെ സമരം തുടരും. വെറും സമരമല്ല, പോരാട്ടം. ഇപ്പോൾ ഞാനിതവസാനിപ്പിക്കാൻ പോവുകയാണ്. എനിക്കറിയാം നിങ്ങളെന്നെ അറസ്റ്റ് ചെയ്യുമെന്ന്. പക്ഷേ ബോംബ് വയ്ച്ചത് ഞാനാണെന്നുള്ളത്തിന് തെളിവൊന്നും ഇല്ലല്ലോ സാറേ. അപ്പോൾ എന്നെ എന്തായാലും വെറുതേ വിടും അല്ലേ?"

ജഡ്ജി ഒരു നെടുവീർപ്പിട്ടു. വിനയന്റെ മുഖത്ത് ഒരു പുഞ്ചിരി വിടർന്നു.

"പേടിക്കണ്ട ഞാൻ ഒരിടത്തും ബോംബ് വയ്ച്ചിട്ടൊന്നുമില്ല. സ്റ്റേഷന് മുന്നിൽ പൊട്ടിയത് വെടിമരുന്നാണ്. അത് തിരിച്ചറിയാനുള്ള കഴിവ് പോലുമില്ല നിയമ പാലകർക്ക്. എല്ലാരേയും വിളിച്ച് വരുത്തി ജനങ്ങൾക്ക് മുന്നിൽ ഇരുത്തി എനിക്ക് പറയേണ്ടത് പറയണം എന്നുണ്ടായിരുന്നു. എന്റെ ചോദ്യങ്ങൾക്കൊന്നും നിങ്ങൾ മറുപടി തന്നില്ല. ഇവിടെ നിന്നിറങ്ങുമ്പോൾ പുറത്ത് നിങ്ങളെ കാത്ത് ജനങ്ങളുണ്ട്. അവരോട് മറുപടി പറയേണ്ടി വരും"

ഇതൊക്കെ ചെയ്യുമ്പോഴും തന്നെ പോലൊരാൾ വിചാരിച്ചാൽ ഒരിക്കലും ഈ നാട് നന്നാവില്ല എന്ന് അവനറിയാമായിരുന്നു. ഇവിടെ

ഒന്നും മാറാൻ പോകുന്നില്ല. പീഡനങ്ങളും, കൊലപാതകങ്ങളും, കൊള്ളയും പിടിച്ചു പറിയും എല്ലാം അത് പോലെ തന്നെയുണ്ടാകും എന്നും. കാരണം ഇത് ഇന്ത്യയാണ്.

ഒരുപക്ഷെ നാളെ പോലീസുകാർ വിനയനെ കള്ളക്കേസിൽ കുടുക്കാം, രാഷ്ട്രീയ ഗുണ്ടകകൾ വിനയന്റെ ഭാര്യയെ വേട്ടയാടാം. പ്രതികരിച്ചു പോയ തെറ്റിന് എന്നേക്കുമായി വിനയനെ അവർ നിശബ്ദരാക്കാം..അതാണ് ഇവിടുത്തെ രാഷ്ട്രീയം..!!!

4

അഡൾട്ട് ഒൺലി

കവിതകൾ എനിക്ക് വലിയ ഇഷ്ടമാണ്. വായിക്കുന്നതിനേക്കാൾ ആഡിയോ കേൾക്കുവാനാണ് പ്രിയം. കവിത ആസ്വദിക്കുവാൻ കഴിയുന്നവർക്ക് സ്നേഹം ഉള്ള ഒരു നല്ല മനസ്സ് ഉണ്ടാകും എന്നാണു വയ്പ്പ്. നേരാണ് എനിക്കെന്റെ ഭാര്യയെ വലിയ ഇഷ്ടമാണ്.

വിവാഹം കഴിഞ്ഞു 4 വർഷം കഴിഞ്ഞിട്ടും ഞങ്ങൾക്ക് കുട്ടികളുണ്ടാകാത്തത് അവളുടെ കുഴപ്പമാണ് എന്നറിഞ്ഞിട്ടും എനിക്കവളോട് ഒട്ടും വെറുപ്പ് തോന്നിയിട്ടില്ല. വിവാഹത്തിനു ശേഷമാണ് ഞങ്ങൾ പ്രണയിച്ചു തുടങ്ങിയത്. അതുകൊണ്ടാകാം ഞങ്ങൾക്കിടയിലെ പ്രണയം ഒരിക്കലും മരിക്കാത്തത്.

മാസത്തിൽ ഒരു വട്ടം തീയേറ്ററിൽ ഞങ്ങൾ ഒരുമിച്ചു സിനിമ കാണാൻ പോകാറുണ്ട്. ഈ മാസവും പതിവ് തെറ്റിച്ചില്ല. ഞങ്ങൾ ഒരുമിച്ചു തീയേറ്ററിൽ പോയി .

" ഹോ ,എന്ത് ചൂടാണ് ഇതിനകത്ത് ഫാനും ഇടില്ലേ " ഭാര്യ രാജി നന്നേ വിയർക്കുന്നത് കണ്ടു ഞാൻ കൈയ്യിൽ ഇരുന്ന കപ്പലണ്ടി പേപ്പറിൽ നിന്നും മടിയിൽ തട്ടി ഇട്ട ശേഷം ആ പേപ്പർ മടക്കി അവൾക്കു വീശി കൊടുത്തു.

" ഇനിയും പതിനഞ്ചു മിനിട്ട് കാത്തിരിക്കണം പടം തുടങ്ങാൻ ...." എന്റെ കണ്ണുകൾ പടം കാണാനെത്തിയവരിലെയ്ക്ക് പോയി .അപ്പുറത്തെ നിരയിലിരുന്നു ഒരു തടിച്ച പെൺകുട്ടി എന്നെ കണ്ണെടുക്കാതെ നോക്കിയിരിക്കുന്നത് ഞാൻ കണ്ടു .അവൾ എന്നെ

നോക്കി ചിരിച്ചു ,ഞാനും.

അവൾ എഴുന്നേറ്റു എന്റെ അടുത്ത് വന്നു .

" മനസ്സിലായോ "

" ഇല്ല " ഞാൻ ഭാര്യയെയും ഒന്ന് നോക്കി .

"വീണ ,...ഇത്ര പെട്ടെന്ന് മറന്നോ ..അതോ ? "

" ഓ ഗോഡ് ,മെലിഞ്ഞുണങ്ങി കമ്പ് പോലിരുന്ന പെണ്ണാ ഇപ്പോൾ തടിച്ചു ആനയെ പോലെയായി അതാ മനസ്സിലാകാണ്ടിരുന്നത് "

അവൾ ചിരിച്ചു കൊണ്ട് ഭർത്താവിനെ ചൂണ്ടിക്കാട്ടി, ഭർത്താവിന്റെ കൈയ്യിൽ ഒരു കുഞ്ഞും ഉണ്ടായിരുന്നു.

ഇതെല്ലാം കണ്ടു കൊണ്ട് നിന്ന വീണയുടെ ഭർത്താവിന്റെ മുഖവും എന്റെ ഭാര്യയുടെ മുഖവും ഊതി വീർപ്പിച്ച ബലൂൺ പോലെ ഇപ്പോൾ പൊട്ടും എന്ന മട്ടിലായി. അവരെ തെറ്റിദ്ധരിപ്പിക്കാൻ ഞാനൊരു കള്ളം കാച്ചി.

" വീണ ,നമ്മുടെ കൂടെ പഠിച്ച ആരെയെങ്കിലും കാണാറുണ്ടോ .."

" ഓ ഇല്ലെന്നേ ..." വിഷയം മനസ്സിലാക്കി അവളുംപ്രവർത്തിച്ചു .

പടം കഴിഞ്ഞു കാണാം എന്ന് പറഞ്ഞു അവൾ അവളുടെ സീറ്റിൽ പോയിരുന്നു. ഭർത്താവ് അവളോട് എന്തോ ചോദിക്കുന്നത് കണ്ടു. എനിക്ക് ഉള്ളിൽ ചിരിയാണ് വന്നത് ഒപ്പം പഠിച്ചത് പോലും, അവളെന്റെ കാമുകി ആയിരുന്നെന്നു എനിക്കല്ലേ അറിയൂ.

എത്ര വർഷമായിരിക്കുന്നു കണ്ടു മുട്ടിയിട്ടു, എന്തൊക്കെ വാഗ്‌ദാനങ്ങളായിരുന്നു. എല്ലാം വെള്ളത്തിൽ വരയ്ച്ചു കളഞ്ഞവയായിരുന്നു എന്ന് ഇപ്പോൾ മനസ്സിലായി. തീയേറ്ററിൽ വയ്ച്ചു വീണ്ടും കൂടിക്കാഴ്ച , പഴയൊരു തമാശ ഓർമ്മയിലെത്തി.

ഒരുപാട് വർഷം മുൻപാണ്. ഞാനും വീണയും പ്രേമിച്ചു നടക്കുന്ന കാലം, ബീച്ചിൽ പോകാം എന്ന് അവൾ പറഞ്ഞതനുസരിച്ച് ജോലിയും മാറ്റിവയ്ച്ചു ഞാനവൾക്കായ് ബസ്സ് സ്റ്റോപ്പിൽ കാത്തു നിന്നു. പറഞ്ഞതിലും ഒരു മണിക്കൂർ വൈകിയാണ് വീണ വന്നത്.

" എന്താ താമസിച്ചത് "

" ഒന്നുമില്ല ,നമുക്ക് ഇന്ന് ബീച്ചിൽ പോകണ്ട എനിക്ക് സുഖമില്ല "

എനിക്ക് കാര്യം മനസ്സിലായി .എന്നാൽ പിന്നെ തീയേറ്ററിൽ പോയി സിനിമ കാണാം 2 മണിക്കൂർ സമാധാനമായി ഇരിക്കാം എന്ന്

തീരുമാനിച്ചു. അടുത്തുള്ള തീയേറ്ററിൽ പരിചയക്കാർ കാണും ഞങ്ങൾ ഒരുമിച്ചു ബസ്സിൽ കയറി 6 കിലോമീറ്റർ അകലെ ഉള്ള ഒരു തീയേറ്ററിൽ പോയി. സൂപ്പർ സ്റ്റാറിന്റെ മലയാളം സിനിമയുടെ പോസ്റ്റർ കണ്ടു. ഞാനും വീണയും കൂടി ടിക്കറ്റ് എടുത്തു, വലിയ തിരക്കൊന്നും ഉണ്ടായിരുന്നില്ല, ആൾക്കാരുടെ നോട്ടം ഞങ്ങളുടെ മുഖത്തായി.

" ഇവനൊന്നും പെൺകുട്ടികളെ കണ്ടിട്ടില്ലേ "

ഞാൻ അവളെയും കൊണ്ട് തീയേറ്ററിനു അകത്തു കയറി നല്ലൊരു സീറ്റിൽ ഇരുന്നു, പൊട്ടിപ്പൊളിഞ്ഞു കിടക്കുന്ന ഒരു പഴഞ്ചൻ തീയേറ്റർ സ്ക്രീനിൽ റോഡിലൂടെ പോകുന്ന വാഹനങ്ങളുടെ നിഴൽ കാണാം. ആളുകൾ കയറി ഓരോരോ സീറ്റുകളിൽ ഇരുന്ന . എല്ലാവരുടെയും നോട്ടം ഞങ്ങളുടെ മേലായിരുന്നു .

" ഭാര്യാഭർത്താക്കന്മാരല്ല .." ഒരാൾ അടുത്തിരുന്ന ആളോട് പിറുപിറുത്തു .

" നല്ല തലവേദന സിനിമ കാണാൻ പറ്റുമോ ആവോ " അവൾ നെറ്റിയിൽ കൈവയ്ച്ചു .

" സുഖമില്ലെങ്കിൽ പിന്നെന്തിനാ വന്നത് "

" നിന്നെ കാണണം എന്ന് തോന്നി,വന്നു.... ഒരു പെണ്ണിന് തൊട്ടതിനും പിടിച്ചതിനും എല്ലാം ഒരുകാര്യവുമില്ലാതെ ദേഷ്യം ഉണ്ടാകുന്ന ദിവസം ഏതെന്നറിയാമോ " അവൾ എന്റെ മുഖത്തേയ്ക്ക് നോക്കിയിരുന്നു .

" ഏതാ ..? "

" ഇന്നത്തെ ദിവസമാ ,"

" അതെന്തിനാ, എന്നോടും ദേഷ്യം ഉണ്ടോ "

" നിന്നോടെനിക്ക് ദേഷ്യപ്പെടാൻ പറ്റില്ലല്ലോ...ദാഹിക്കുന്നു " അവൾ കസേരയിലേക്ക് തലചായ്ച്ചിരുന്നു.

മാർച്ച് 14 ഞാൻ മനസ്സിലെ കലണ്ടറിൽ കുറിച്ചിട്ടു. അടുത്ത മാസം അബദ്ധം പറ്റരുതല്ലോ. അവളോടെനിക്ക് സഹതാപം തോന്നി. അടുത്ത ജന്മം ആണായി ജനിക്കാനാണോ ആഗ്രഹം എന്ന് ഞാനവളോട് ചോദിച്ചു. അടുത്ത ജന്മവും പെണ്ണായി തന്നെ ജനിച്ചാൽ മതിയെന്നായിരുന്നു അവളുടെ മറുപടി. അതെന്ന അത്ഭുതപ്പെടുത്തി. ഇവരെ സർവ്വം സഹകൾ എന്ന് വിളിക്കുന്നതിൽ തെറ്റില്ല,പെണ്ണായി ജനിക്കുന്നതിനെ പറ്റി ചിന്തിക്കാൻ കൂടി വയ്യ എനിക്ക് ..

" എല്ലാവരും നമ്മളെ തന്നെയാ നോക്കുന്നത് " അവൾ പേടിച്ച പോലെ തല കുനിച്ചു

" നോക്കട്ടെ ,അവനൊക്കെ അസൂയയാ "

" നീയെന്നെ കല്യാണം കഴിക്കില്ലേ ?" ആസ്ഥാനത്തുള്ള അവളുടെ ചോദ്യം

" ഒരിക്കലുമില്ല "

" അതെന്താ നിനക്കെന്നെ ഇഷ്ട്ടമല്ലേ "?

" ഇഷ്ട്ടമാണ്, കല്യാണം കഴിച്ചാൽ നമ്മുടെ പ്രേമം അവിടെ തീർന്നു. മാത്രമല്ല ഇപ്പോൾ അമ്മയെ പറ്റിച്ചു നിന്നെ കാണാൻ വരുന്നത് പോലെ കല്യാണം കഴിഞ്ഞു ഭാര്യയെ പറ്റിച്ചു എനിക്ക് ഇങ്ങനെ ചുറ്റി നടക്കാൻ ഒരാളുവേണം, നിന്നെ പറ്റിക്കാൻ പറ്റില്ലല്ലോ ?"

" അതിനൊക്കെ ഭാര്യ തന്നെ പോരെ, ചുറ്റിനടക്കാൻ .." അവളെന്റെ കണ്ണുകളിലേയ്ക്ക് നോക്കി .

" ഞാൻ നാലാം ക്ലാസ്സിൽ പഠിക്കുമ്പോൾ കൂട്ടുകാരന്റെ കൈയ്യിൽ ഒരു ഹീറോ പേന ഉണ്ടായിരുന്നു. അത് കണ്ടപ്പോൾ എനിക്കത് വേണം, അങ്ങനെ അതൊരെണ്ണം വാങ്ങി. കുറച്ചു നാൾ കഴിഞ്ഞപ്പോൾ അതങ്ങ് മടുത്തു, നമ്മുടെ കൈയ്യിൽ ഉള്ളതിനോട് നമ്മുക്കൊരിക്കലും താൽപ്പര്യം കാണില്ലേന്നേ "

" പുരുഷന്മാരുടെ കാര്യത്തിലാണോ ? കൈയ്യിൽ ഉള്ളതിന്റെ മഹത്ത്വം അറിയാത്തത് കൊണ്ടാ.... നിന്നെ ഞാൻ സ്നേഹിച്ചതൊക്കെ വെറുതെയാണല്ലേ!!! " അവളുടെ മുഖഭാവം മാറുന്നത് ഞാൻ ശ്രദ്ധിച്ചു .

" അല്ല നമ്മൾ പിരിയുന്നില്ലല്ലോ.. കല്യാണം കഴിഞ്ഞാൽ ഞാൻ ഭാര്യയെയും, നീ ഭർത്താവിനെയും പറ്റിച്ച് ഈ ബന്ധം മരണം വരെ മുന്നോട്ടു കൊണ്ട് പോകും, എന്താ...?"

അവൾ ഉറക്കെ ചിരിച്ചു ഞാനും..

" അപ്പോൾ ഞാൻ നിന്റെ ആരാ .." ചിരിക്കിടയിൽ അവൾ ചോദിച്ചു .

അതിനു മറുപടി കൊടുക്കും മുൻപേ സിനിമ തുടങ്ങി. ഞാൻ തിരിഞ്ഞു നോക്കി. എല്ലാവരും സീറ്റുകളിൽ ഉറങ്ങിക്കിടക്കുന്നു .

" ഇവനൊക്കെ ഉറങ്ങാൻ വേണ്ടി വന്നതാണോ "

സിനിമ തുടങ്ങി നായകനെ കാണിക്കുന്ന രംഗം വന്നു.

ഒരു പഞ്ച് ഡയലോഗ് പറഞ്ഞു കൊണ്ട് നായകന്റെ സുഹൃത്ത് നായകനെ വരവേറ്റു.

പെട്ടെന്ന് കറണ്ട് പോയി

" നാശം - ഇപ്പോ.ൾ നടനെ കാണിക്കും " ഞാൻ വീണയുടെ കൈയ്യിൽ തട്ടി

ഭാഗ്യം കറണ്ട് വന്നു. ഉറങ്ങിക്കിടന്ന അമ്മാവന്മാർ സടകുടഞ്ഞു എഴുന്നേറ്റു. സിനിമ തുടങ്ങി. സൂപ്പർ സ്റ്റാറിനെ പ്രതീക്ഷിച്ചു കൈയ്യടിക്കാൻ ഒരുങ്ങിയപ്പോൾ സ്ക്രീനിൽ പകരം മറ്റൊരു താരം.

ചെറുപ്പക്കാരുടെയും അമ്മാവന്മാരുടെയും രോമാഞ്ചമായ അശ്ലീല ചിത്രത്തിലെ നായികയായിരുന്നു അത്. പടം മാറിയിരിക്കുന്നു. പിന്നിൽ നിന്നും അമ്മാവന്മാരുടെ ചെവിപൊട്ടുന്ന കൈയ്യടി, ഇതെന്താ പരസ്യം ആണോ?അല്ലെന്നു മനസ്സിലായത് തീയേറ്ററിലെ വെളിച്ചം മാറി നീലയായയപ്പോഴാണ് , രംഗങ്ങൾ മാറിത്തുടങ്ങി.

" അയ്യേ " വീണ കണ്ണ് പൊത്തി തലകുനിച്ചു കൊണ്ട് വെറുപ്പുളവാക്കുന്ന ഒരു നോട്ടം എന്റെ നേർക്കഴിച്ചു വിട്ടു.

ഇത്തരം സിനിമകൾ മാത്രം ഓടുന്ന തീയേറ്റർ ഇവിടെ ഉണ്ടെന്ന് നാട്ടിൽ കൂട്ടുകാര് പറയുന്നത് ഈ തീയേറ്ററിനെ പറ്റി ആണെന്ന് അപ്പോഴാണ് മനസ്സിലായത്. പോസ്റ്റർ ഏതു വച്ചിരുന്നാലും പന്ത്രണ്ടു മണിക്ക് പടം മാറും.

ഡോർ അടച്ചിരുന്നതിനാൽ ഇറങ്ങിപ്പോകാനും വയ്യ. അവളുടെ മുഖത്ത് നോക്കാൻ പറ്റാത്ത അവസ്ഥയായി, ഞങ്ങൾ രണ്ടാളും സീറ്റിൽ തലചായ്ച്ചു കുനിഞ്ഞിരുന്നു.

അരമണിക്കൂർ കഴിഞ്ഞപ്പോൾ ലൈറ്റ് ഓണായി. അമ്മാവന്മാർ ഞങ്ങളെ നോക്കി ഒരു വല്ലാത്ത ചുമ ചുമച്ചു കൊണ്ട് ഇറങ്ങി പോയി. എല്ലാരും പോയി കഴിഞ്ഞപ്പോൾ ഞങ്ങളും പുറത്തിറങ്ങി.

പിന്നീടൊരിക്കലും ഞങ്ങൾ സിനിമ കാണാൻ പോയിട്ടില്ല, പക്ഷെ അന്ന് വീട്ടിലെത്തിയപ്പോൾ അവളെയും കൊണ്ട് ആ തീയേറ്ററിൽ ചെന്ന് പെട്ടത് ഓർത്തായിരുന്നില്ല എന്റെ സങ്കടം, അവളുണ്ടായിരുന്നത് കൊണ്ട് ആ പടമൊന്നു നേരെ കാണാൻ പറ്റിയില്ലല്ലോ....!!

5

ഓർമ്മയിൽ ശേഷിച്ച മയിൽപ്പീലി

പേര് : ശ്യാം .

വയസ്സ് : 30

ഇതെന്റെ ആത്മഹത്യാ കുറിപ്പാണ്. ഒരു ആത്മ കഥ പോലെ വലിച്ചു നീട്ടിയാണ് ഞാനിതെഴുതുന്നത്. ഇന്ന് വരെ ഒരു പ്രേമലേഖനം പോലും എഴുതിയിട്ടില്ല. ഇത് അദ്യത്തെയും അവസാനത്തെയും ലേഖനമാവട്ടെ. പോലീസുകാർക്ക് ഒരു കോപ്പി ഉണ്ട് . ഒരു കോപ്പി ബന്ധുക്കൾക്കും. ബന്ധുക്കൾ എന്ന് പറയാൻ ഒരു നായയും രണ്ടു പൂച്ചയും മാത്രമാണ് ഉള്ളത് .അവർ മലയാളികൾ ആണെന്നറിയാം. എഴുത്തും വായനയും വശമുണ്ടാവില്ല. ഈ മരണത്തിനു പ്രത്യേകിച്ച് കാരണങ്ങൾ ഒന്നുമില്ല. എന്നെക്കൊണ്ട് ഈ ലോകത്തിനു വലിയ ഗുണമൊന്നും ഇല്ല എന്നത് സത്യം. ഓർമ്മയിൽ സൂക്ഷിച്ചു വയ്ക്കാൻ ഒരു നല്ല ദിവസം പോലും ഇല്ല. ഹതഭാഗ്യൻ ,ഭഗ്നകാമൻ ഇതൊക്കെ എനിക്ക് വേണ്ടി മാത്രം ഉള്ള വാക്കുകളാണെന്ന് തോന്നിപ്പോകുന്നു.

കുട്ടിക്കാലത്ത് മോനെ നിറയെ കഴിക്കൂ, കുറേകൂടി എന്ന് പറഞ്ഞു വീണ്ടും വീണ്ടും അമ്മ ആഹാരം വിളമ്പിത്തരും. ആ കഞ്ഞിക്കലത്തിൽ എന്റെ വയർ നിറയ്ക്കാൻ ഉള്ള ചോറ് മാത്രമേ ഉണ്ടായിരുന്നുള്ളൂ എന്ന് ഞാനറിഞ്ഞത് ഒരിക്കൽ മരണക്കിടക്കയിൽ കിടന്ന അമ്മയുടെ മുഖത്ത് നിന്ന് വായിച്ചെടുത്ത വിശപ്പിലാണ്. ഒഴിഞ്ഞ കലത്തിലെ രണ്ടു വറ്റ് .അമ്മ എനിക്കെന്നും ആ വറ്റിന്റെ ഓർമ്മയാണ്. എന്റെ വിശപ്പിലെല്ലാം അമ്മയുണ്ടായിരുന്നു .

പിന്നെ ജീവിതത്തിൽ ഏറ്റവും ഇഷ്ടപ്പെട്ട സമയം ഉച്ചയായിരുന്നു. ഉസ്ക്കൂളിൽ ഉച്ചക്കഞ്ഞിക്ക് ബെല്ലടിക്കുമ്പോൾ പാത്രവുമായി ആദ്യം ഓടിയെത്തുന്നത് ഞാനായിരുന്നു. ആർത്തിയോടെ ഞാൻ അത് കഴിക്കുന്നത് എതിരെ ഇരുന്നു എന്നും ഒരു കൊച്ചു പെൺകുട്ടി നോക്കുമായിരുന്നു . ഇടയ്ക്കൊക്കെ നിഷ്ക്കളങ്കമായ ഒരു ചിരി പൊഴിച്ച് .. അന്നെനിക്ക് രണ്ടാമത് കഞ്ഞി കിട്ടാതെ ഞാൻ വിഷമിച്ച .

ആ കുട്ടി കഴിക്കാതെ എന്തോ ചിന്തിച്ചിരുന്നിട്ട് അവളുടെ പാത്രത്തിലെ കഞ്ഞി എന്റെ പാത്രത്തിൽ ഒഴിച്ച് തന്നിട്ട് ഓടിപ്പോയി. ഞാൻ സന്തോഷത്തോടെ കഴിക്കാൻ നോക്കുമ്പോൾ നിറയെ പുഴുക്കൾ. പല വലുപ്പത്തിൽ നിറങ്ങളിൽ. വെറുതെയല്ല അവൾ ചിന്തിച്ചിരുന്നത്. ഈ പുഴുവിനെ എവിടെ തട്ടുമെന്നാ. പക്ഷെ ആ പുഴു എനിക്കവളോടുള്ള പ്രേമമായി വളർന്നു, അതുകൊണ്ടാണ് അന്നാ പുഴുവിനെ നീക്കി കഞ്ഞി ഞാൻ കുടിച്ചത്. ദൂരെ ക്ലാസ്സിൽ ഇരുന്നു അത് നോക്കിക്കണ്ട അവളുടെ മനസ്സിൽ എന്തായിരുന്നു കാണും, ഞാൻ വെറുമൊരു കഞ്ഞിയാണോ എന്നാകുമോ ?

മനസ്സ് നിറയേ ഒറ്റപ്പെട്ട ജീവിതത്തെ കുറിച്ചുള്ള വേദനകളായിരുന്നത് കൊണ്ട് എന്റെ ബാല്യം എനിക്കാസ്വദിക്കാൻ കഴിഞ്ഞില്ല. പിറകിലെ ബഞ്ചിൽ ആരോടും മിണ്ടാതെ അന്യനെ പോലെ ഞാൻ താടിക്ക് കൈയ്യും കൊടുത്തിരിക്കും. ആ ഇരുപ്പ് കണ്ടു കണക്കു മാഷ് കളിയാക്കും ഭാവിയിലെ ഐസക് ന്യൂട്ടൺ ആണ് ആ ഇരിക്കുന്നതെന്ന്. തുണി കഴികിയപ്പോൾ കളഞ്ഞു പോയ അഞ്ചു രൂപ ഇത് വരെ കണ്ടു പിടിച്ചില്ല പിന്നെയാ വലിയ കണ്ടുപിടുത്തം.

ഒടുവിലെന്ത് പറ്റി ഏഴാം ക്ലാസ്സിൽ തോറ്റു . അതോടെ ആറാം ക്ലാസ് ജയിച്ചു എന്റെ കഞ്ഞിയിൽ പുഴുവിട്ട പെൺകുട്ടി എന്റെ കൂടെയായി . നല്ലൊരു സൗഹൃദത്തിന്റെ ഓർമ്മയ്ക്ക് അവളെനിക്കൊരു മയിൽപ്പീലി സമ്മാനിച്ചു. ഞാനത് മലയാള പുസ്തകത്തിന്റെ മധ്യ പേജിൽ സൂക്ഷിച്ചു. പോലീസുകാരനായ അവളുടെ അച്ഛനു സ്ഥലം മാറ്റം കിട്ടി അവൾ സ്കൂൾ മാറിയതും ഞാൻ രണ്ടാമതും ഏഴാം ക്ലാസ് തോറ്റതും ഒരുമിച്ചായിരുന്നു.

ആർക്ക് വേണ്ടിയും ജീവിക്കാനില്ല .ആരും സ്നേഹിക്കാനില്ല . കാലംകടന്നപ്പോൾ ഞാൻ എങ്ങോട്ടൊക്കെയോ യാത്ര പോയി, പിന്നിട്ട വഴികളിൽ എല്ലാം ഞാനെന്നെ കണ്ടു. വിശപ്പിന്റെ അനാഥത്വത്തിന്റെ

കുരുന്നു ജീവിതങ്ങൾ ബലിയാടുകൾ. സഹതാപം എനിക്കെന്നോടു തന്നെയല്ലേ തോന്നേണ്ടു. ആദ്യമൊക്കെ കുറെ കടത്തിണ്ണകൾ എനിക്കഭയം തന്നു.

അവിടെവയച്ചാണ് ഞാനൊരു ഗർഭിണിയായ സ്ത്രീയെ കാണുന്നത്. അവർ വേദന കൊണ്ട് പുളയുകയായിരുന്നു. അവരെ കണ്ടതും ഞാനെഴുന്നേറ്റു, ദയനീയമായി അവർ എന്നെ നോക്കുന്നുണ്ടായിരുന്നു. എന്തോ പറയാൻ വെമ്പുന്ന ചുണ്ടുകൾ, . അവർക്ക് പ്രസവ വേദനയായിരുന്നെന്നു അറിഞ്ഞിട്ടും നിസ്സഹായനായി നോക്കി നിൽക്കാനേ കഴിഞ്ഞുള്ളൂ. ഏറെ നേരം നോക്കിനിൽക്കാൻ കഴിയാതെ വന്നപ്പോൾ ഞാൻ മറ്റൊരു കടത്തിണ്ണ തേടി പോയി.

അന്നത്തെ എന്റെ ഉറക്കം ഒരു റെയിൽവേ പാളത്തിനടുത്തായിരുന്നെന്നു ഞാനറിഞ്ഞത് തീവണ്ടിയുടെ ഒച്ച കെട്ടല്ല ഒരു ചോരക്കുഞ്ഞിന്റെ നിലവിളി കേട്ടാണ് . കീറത്തുണിയിൽ പൊതിഞ്ഞ ആ കുഞ്ഞിനു തലേന്ന് രാത്രി കണ്ട സ്ത്രീയുടെ മുഖമായിരുന്നു .

അകലെ നിന്ന് പാഞ്ഞു വരുന്ന ഒരു തീവണ്ടി പാളത്തിൽ മരണമാറിയാതെ കിടക്കുന്ന കുട്ടി. ഈ കുട്ടി ജീവിക്കണോ മരിക്കണോ. അവന്റെ കാലൻ ഇപ്പോൾ ഞാനാണ്. എനിക്കതിനെ രക്ഷിക്കാമായിരുന്നു. പക്ഷെ ഞാനത് ചെയ്തില്ല. നാളെ മറ്റൊരു ശ്യാമായി ആ കുഞ്ഞു വളരണ്ട എന്ന് തോന്നിയത് കൊണ്ടാകാം.

പക്ഷെ പിന്നെയുള്ള ദിനരാത്രങ്ങളിൽ ആ കുഞ്ഞു മുഖം അതിന്റെ ചിന്നിച്ചിതറിയ ദേഹത് നിന്ന് തെറിച്ചു വീണ ചോരപ്പാടുകൾ എന്നെ വേട്ടയാടി .ചിതറിയ ഓരോ കൈയ്യും കാലും കണ്ണും എന്നോട് പറയുന്നത് പോലെ തോന്നി. നിനക്കെന്നെ രക്ഷിച്ചുകൂടായിരുന്നോ എന്ന്.

ഭൂമി ഉരുണ്ടതാണെന്ന് പണ്ടാരോ തെളിയിച്ചിട്ടുണ്ട് വള്ളത്തിലെങ്ങാണ്ടോ ഒക്കെ പോയി .അതിപ്പോൾ ഒരിടത്തിന്നു തുടങ്ങി അവിടെ തന്നെ അവസാനിച്ചത് കൊണ്ടാണോ വൃത്തമെന്നു പറഞ്ഞത് .അങ്ങനാണേൽ ചതുരം വരയ്ച്ചാലും തുടങ്ങിയിടത്തു തന്നെയല്ലേ അവസാനിക്കുന്നത്. അതെന്തോ ആയിക്കോട്ടെ അലച്ചിലിനൊടുവിൽ ഞാൻ വീണ്ടും എന്റെ ഇടിഞ്ഞു പൊളിഞ്ഞ

വീട്ടിലെത്തി. അന്നാ നാട്ടിൽ നിന്ന് ഞാനൊരു കല്യാണ സദ്യയുണ്ടു.

എന്റെ കഞ്ഞിയിൽ പുഴുവിട്ട പെൺകുട്ടിയുടെ കല്യാണ സദ്യ ആയിരുന്നു അതെന്നു ഞാനറിഞ്ഞത് കൊമ്പൻ മീശക്കാരനായ അവളുടെ അച്ഛന്റെ മര മോന്ത കണ്ടപ്പോഴാണ്. വരന്റെ കൈ പിടിച്ചു അവൾ നടന്നു പോകുന്നത് കണ്ടപ്പോഴാണ് മനസ്സിൽ എവിടെയോ ഉണ്ടായിരുന്ന ഒരു അറിയാത്ത ആത്മബന്ധവും അകന്നു ഞാൻ സ്വതന്ത്രനായത്. ആ പ്രേമത്തിന്റെ പുഴു അങ്ങനെ ചത്തു.

ചിതൽ തിന്നു തീർത്ത വീട്ടിൽ ഞാൻ തിരഞ്ഞത് മയിൽപ്പീലി ഒളിപ്പിച്ച പുസ്തകമായിരുന്നു. മുഴുവൻ പേജുകളും ചിതലരിച്ചിരിക്കുന്നു. മയിൽപ്പീലി ഇപ്പോഴും അന്നത്തെതിനേക്കാൾ സുന്ദരിയായി എന്നെ നോക്കി ചിരിക്കുന്നുണ്ടായിരുന്നു. പരിഹാസമാണോ, അതോ ..? എന്റെ ഓർമ്മയിൽ ശേഷിച്ച, എന്റെ ജീവിതത്തിൽ ശേഷിച്ച സ്വകാര്യ സ്വത്ത്. മരിക്കുമ്പോൾ നീ മാത്രമാണല്ലോ എനിക്ക് കൂട്ട്.

ഇങ്ങനെഴുതിക്കൊണ്ടിരുന്നാൽ നേരം വെളുക്കും, ഞാൻ മരിക്കാൻ മറന്നു പോകും. ഈ കത്ത് വായിക്കുന്നവർക്ക് ഇതൊരു കോമാളിത്തരമായി തോന്നും, അത് നേരാണ്, ഞാൻ ജീവിച്ചത് അങ്ങനെയൊരു കോമാളിയായിട്ടാണ്. ഇപ്പോഴും ഈ വീടിനു എന്റെ മയിൽപ്പീലിക്കു കാവൽ നിന്ന നായ്ക്കും , നന്ദിയുള്ള നായ്ക്കും എന്ന് തിരുത്തുന്നു, ഒരു പിടി ചോറ് പോലും എന്റെ കൈ കൊണ്ട് കൊടുത്തിട്ടില്ലെങ്കിലും , ഇന്നാദ്യമായി അവനും പൂച്ചക്കുഞ്ഞുങ്ങൾക്കും ഞാൻ ഒത്തിരി അന്നം കൊടുക്കും. എന്നെ അടക്കം ചെയ്യുമ്പോൾ അവർ ദൂരെ നിന്ന് കണ്ണുനീർ പൊഴിക്കട്ടെ. എനിക്ക് വേണ്ടി കരയാൻ ആരും ഇല്ലാതെ പോയി എന്ന് ഓർത്ത് ആത്മാവ് ദുഖിക്കില്ലല്ലോ.

ഇപ്പോൾ എന്റെ മനസ്സിൽ ആ കുഞ്ഞിന്റെ മുഖം തെളിഞ്ഞു വരുന്നു. നാളെ ആ കുഞ്ഞിന്റെ ആത്മാവ് എന്റെ ആത്മാവിനെ കാണുമ്പോൾ ചോദിക്കുന്ന ചോദ്യത്തിനു ഒരു മറുപടി ഒപ്പിച്ചു വയ്ക്കണം. ഹേയ് സംസാരിക്കാറായി കാണില്ല. പക്ഷെ കുഞ്ഞേ, നാളെ നിന്റെ ചോരപ്പാടു മായാത്ത റെയിൽവേ പാളത്തിൽ തലവയ്ച്ചു നിന്നെ കൊന്ന അതേ തീവണ്ടിയ്ക്ക് കാത്തു കിടക്കുമ്പോൾ നിന്റെ ചോരയിൽ ചുംബിച്ച് ഞാൻ പറയും നിന്നെയെനിക്ക് ഒരിക്കലും

രക്ഷിക്കാനാവില്ലായിരുന്നു.

കാരണം നീ പിറന്നത് ഒരു പെൺകുഞ്ഞായിട്ടാണല്ലോ ...!!!

സമയ പരിധി കാരണം കത്ത് ചുരുക്കുന്നു.

(NB : അടക്കാൻ ബാക്കി വല്ലതും കിട്ടിയാൽ ഈ മയിൽപ്പീലി എന്റെ കുഴിമാടത്തിൽ വയ്ക്കണം. എന്റെ ഹൃദയം എന്നോടു കൂടിയിരിക്കട്ടെ)

എന്ന്, പരേതൻ

ഒപ്പ്

ഈ കഥകൾ എല്ലാവർക്കും ഇഷ്ട്ടമായെന്ന് പ്രതീക്ഷിക്കുന്നു. അഭിപ്രായങ്ങൾ അറിയിക്കാനും ബന്ധപ്പെടുന്നതിനുമായി..
9447799934 (WhatsApp)